தியானம்

அமைதியான, சந்தோஷமான வாழ்க்கைக்கு...

தியானம்

அமைதியான, சந்தோஷமான வாழ்க்கைக்கு...

கே.எஸ். இளமதி

நலம்

தியானம்
Dhyanam
K. S. Ilamathi ©

First Edition: June 2010
160 Pages
Printed in India.

ISBN: 978-81-8493-470-0
Title No. Nalam 077

Nalam Veliyeedu
177/103, First Floor,
Ambal's Building, Lloyds Road
Royapettah, Chennai 600 014.
Ph: +91-44-4200-9603

Email : support@nhm.in
Website : www.nhm.in

Cover Image : © / Shutterstock

Nalam Veliyeedu is an imprint of New Horizon Media Private Limited

This book is sold subject to the condition that it shall not, by way of trade or otherwise, be lent, resold, hired out, or otherwise circulated without the publisher's prior written consent in any form of binding or cover other than that in which it is published and without a similar condition including this the rights under copyright reserved above, no part of this publication may be reproduced, stored in or introduced into a retrieval system, or transmitted in any form or by any means (electronic, mechanical, photocopying, recording or otherwise), without the prior written permission of both the copyright owner and the above-mentioned publisher of this book.

சமர்ப்பணம்

எனக்குள் இருந்த எழுத்தாற்றலைத் தூண்டி, நம்பிக்கையூட்டிய
டாக்டர். பி.பி. சர்வபள்ளி அவர்களுக்கு.

உள்ளே

முன்னுரை	/	08
பாகம் - 1 அறிமுகப் பகுதி	/	11
1. மனம் உள்ள உயிரினம்	/	13
2. மனம் ஒரு குரங்கு	/	22
3. ஆன்மா	/	30
4. மனித மூளை	/	35
5. தியானத்தின் தோற்றுவாய்	/	38
6. பிரபஞ்சமும், தியானமும்	/	42
7. அட்டமா சித்திகளும், தியானமும்	/	48
8. அதீத நிலைத் தியானம்	/	52
9. தியானத்தின் பலன்கள்	/	56
10. தியானம் ஒரு கட்டாயத் தேவையா?	/	60
11. தியானம் எங்கே, எப்போது, எப்படிச் செய்வது?	/	64
12. நல்ல எண்ணமும், தியானமும்	/	74
13. உள் ஒளியும் தியானமும்	/	80

பாகம் - 2 அனுபவப் பகுதி	/	85
1. யோகாசனமும், தியானமும்	/	87
2. உடல் நோயும், தியானமும்	/	92
3. மன நோயும், தியானமும்	/	95
4. பொறுமையும், தியானமும்	/	102
5. தாழ்வு மனப்பான்மையும், தியானமும்	/	111
6. கோபமும், தியானமும்	/	116
7. பிடிவாதமும், தியானமும்	/	121
8. தூக்கமின்மையும், தியானமும்	/	125
9. மரணமும், தியானமும்	/	131
10. சும்மா இரு...	/	137
11. கோயிலும், தியானமும்	/	143
12. திருவாசகமும், தியானமும்	/	147
13. கடவுள் பக்தியும், தியானமும்	/	152

முன்னுரை

வணக்கம். தியானத்தைப் பற்றிய இந்தப் புத்தகத்தை எழுத ஆரம்பித்த போது ஒரு யோசனை. இது யாருக்கு? தியானத்தைப் பற்றி முன்பின் தெரியாதவர்களுக்கான புத்தகமாக இருக்க வேண்டுமா? அல்லது தெரிந்தவர்களுக்கான புத்தகமாக இருக்க வேண்டுமா?

தெரிந்தவர்களுக்குப் புத்தகம் தேவை இல்லை. அது அனுபவம். தெரியாதவர்களுக்கு, ஒரு சிறிய தகவல். அவ்வளவுதான்.

தியானம் தேவையற்றது என்ற எண்ணம் இன்று பலரிடம் இருக்கிறது. ஏனென்றால், நேரம் இல்லை. நோயற்ற வாழ்க்கை வாழ்வதற்கு யோகாசனக் கலை மிகவும் அவசியம். அன்றாடம் அரை மணிநேரம் அதற்கு ஒதுக்க முடியவில்லை. ஆனால், உடலுக்கு நோய் என்று வந்துவிட்டால், நாள் கணக்கில் மருத்துவமனையில், பிழைப்பை விட்டுவிட்டு, பணத்தையும் கொடுத்துவிட்டுப் படுத்துக்கிடக்க நேரம் இருக்கிறது.

வாழ்க்கையில் இரண்டு வகை உண்டு. ஒன்று அறிவுபூர்வமான வாழ்க்கை. மற்றொன்று உணர்ச்சிபூர்வமான வாழ்க்கை.

அறிவுபூர்வுமான வாழ்க்கை என்பது, ஆபத்து இல்லாமல் நிம்மதியாக இருக்கும்.

உணர்ச்சிபூர்வமான வாழ்க்கை என்பது, எந்த நேரமும் வம்பு, வழக்கு, சண்டை, சச்சரவு, நிம்மதி இன்மை, தூக்கம் இன்மை என்று நிம்மதி அற்றதாக இருக்கும்.

உங்களுக்கு எது வேண்டும்?

நியாயமான ஆசைகளை அடைந்து, நிம்மதியாக வாழ்வதற்கு, அறிவுபூர்வுமான வாழ்க்கையே காரணம்.

நியாயமற்ற ஆசைகளால் (பேராசை), துன்பத்தில் உழன்று, அழிவில் முடியும் வாழ்வுக்கு, உணர்ச்சிபூர்வமான வாழ்க்கையே காரணம்.

உணர்ச்சிகரமான வாழ்வை நீக்கி, அறிவுபூர்வமான வாழ்க்கையை நடத்திச்செல்ல, நமக்குத் தேவை, 'தியானம்'.

தியானம், மனிதனாகப் பிறந்த ஒவ்வொருவருக்கும் தேவை. தினமும் நாம் எதிர்கொள்ளும் பிரச்னைகளும், நம்மை எதிர்கொள்ளும் பிரச்னைகளும் ஏராளம். பிரச்னைக்குரிய 'நாம் யார்' என்ற அடிப்படை உண்மை நமக்குத் தெரிந்திருக்க வேண்டும். அது தெரியாவிட்டால், வாழ்க்கை அர்த்தம் அற்றதாகிவிடும்.

கடவுள் உண்டு என்பார் உண்டு. இல்லை என்பாரும் உண்டு. தியானத்தைப் பற்றி யாருக்குச் சொல்வது?

நமக்கு உயிர் உண்டு. உயிர் நமக்கு அப்பாற்பட்ட பொருள். அந்த உயிரைக்கொண்டு வாழும் வாழ்க்கைக்கு ஒரு அர்த்தம் இருந்தாக வேண்டும்.

காரணம் இல்லாமல் காரியம் இல்லை. நம் பிறப்புக்கும் ஒரு காரணம் உண்டு. அந்தக் காரணத்துக்கு உரிய கடமை நிறைவேறிவிடும்போது, நம் வாழ்க்கை முடிந்துபோகிறது.

அது எங்கே ஆரம்பிக்கிறது. எங்கே, எப்போது, எப்படி முடியப் போகிறது என்பது யாருக்கும் தெரியாத மர்மம். மர்மம் என்பது புதிர்.

புதிர் என்பது இருள். இருளை நீக்குவதற்கு ஒளி வேண்டும். ஒளி பிறந்தால் வழி பிறக்கும். அந்த வழியைத் தேடும் ஒரு சுய முயற்சியே, தியானம்.

இயற்கையை இறைவனாக நம்புபவர்களுக்கே, தியானம் பொருள் விளக்கம் தரும். மற்றவர்களுக்கு ஒரு தாற்காலிக அமைதியை மட்டுமே தரும். உங்களுக்குத் தேவை, துன்பத்திலிருந்து தீர்வா? அல்லது தாற்காலிகமான ஆறுதலா?

முற்றிய நோயாளி ஒருவன், மருத்துவமனைக்குப் போய்க்கொண்டிருந்தான். கடுமையான வெய்யில். வழியில் ஒரு மரத்தடியில் ஒதுங்கினான். மரத்தின் அடியில் இருந்த பெரியவர், 'உன்னுடைய நோய்களுக்கு இந்த மரத்தின் இலைகளைத் தின்றாலே போதும். பூரணமாகக் குணமாகி விடும்' என்றார். அந்த நோயாளியும், அப்போதே சில இலைகளைப் பறித்துத் தின்று பார்த்தான். அதிசயம். அவனை வறுத்திக்கொண்டிருந்த நோய் அப்போதே குணமாகியது.

அதே மரத்தடிக்கு, இன்னொரு நோயாளியும் வந்து சேர்ந்தான். அவனிடம், அந்தப் பெரியவரும், குணம் பெற்றவனும் சேர்ந்தே சொல்லி, அவனையும் அந்த மரத்தின் இலைகளைத் தின்னச் சொன்னார்கள். அவனோ, தனக்கு அதில் உடன்பாடு இல்லை. நான் மருத்துவரைச் சந்தித்து சிகிச்சை எடுத்துக்கொள்ளவே விரும்புகிறேன். வழியில் வெய்யிலுக்காகக் கொஞ்சம் ஒதுங்கினேன். எனக்கு

இதெல்லாம் ஆகாது. நான் மருத்துவரைத் தேடிப் புறப்படுகிறேன் என்றபடி, அந்த மரத்தை விட்டு புறப்பட்டுச் சென்றான்.

யார் என்ன செய்ய முடியும்?

கடவுள் உண்டு என்பவர்களுக்குத் தியானம் ஒரு தீர்வு. இல்லை என்பவர்களுக்குத் தியானம் ஒரு ஆறுதல். மொத்தத்தில், எல்லோருக்குமே பயன்படும்.

இந்த அடிப்படை உண்மை தெரியாமல், தியானம் என்ற உடனேயே அது எந்த மார்க்கம், அதுவா, இதுவா? எங்கே? யார் சொல்லித் தருகிறார்கள்? எத்தனை நாள் ஆகும்? என்றெல்லாம் கேட்பது மடமை.

வயிற்றுக்குப் பசி வந்தால், உணவைத் தேடிச்செல்வது உயிரினங்களின் இயல்பு. மனத்துக்குப் பசி வந்தால், மெய்ப் பொருளைத் தேடிச் செல்வது மனிதனது இயல்பு.

இந்தப் புத்தகத்தில், தியானங்களைப் பற்றிய பல்வேறு செய்திகள் சொல்லப்பட்டுள்ளன. எல்லாமே ஒரு தகவலே. எதுவுமே அகவல் அல்ல. அதாவது, அனுபவம் அல்ல. அது உங்களது பங்கு.

மொத்தத்தில், இந்தப் புத்தகத்தில் உள்ள அத்தனை அத்தியாயங்களும், உங்களுக்குச் சொல்லப்போகும் மொத்தச் செய்தியும் மூன்றே வார்த்தைகளில் அடக்கம். அவை, ‘கண்களை மூடி அமருங்கள்’. அவ்வளவே. அதற்கு அப்பாற்பட்டு எதுவும் இல்லை. அதுவே மார்க்கம். அதுவே முடிவான முடிவு. அதுவே சரியான தியானம்.

இந்த அடிப்படை உணர்வு மட்டும், படித்து முடித்தபிறகு உங்களுக்கு வந்திருந்தால் போதும். அதுவே, இந்தப் புத்தகத்துக்குக் கிடைத்த பெரும் பேறு. அதுபோதும்.

அன்புடன்,

கே.எஸ். இளமதி, சிவகாமிஇளமதி

9 ஏ, 23-வது தெரு, ஜெய்நகர்,

அரும்பாக்கம்,

சென்னை - 600 106

செல்: 99405 88046, 99405 87973

பாகம் - 1

அறிமுகப் பகுதி

1

மனம் உள்ள உயிரினம்

பிரம்ம முகூர்த்தம் எனப்படும் அதிகாலைப்பொழுது.

சேவல் கூவுகிறது.

அடிவானம் சிவக்கிறது. காலை நேரத்துக்குரிய வசந்தக் காற்று வீசுகிறது. மரங்களில், பறவைகள் கூட்டம் எழுப்பும் குரல், அவற்றின் உற்சாகத்தைப் பிரதிபலிக்கின்றன.

நல்ல உறக்கத்திலிருந்து கண் விழிக்கிறோம்.

சுற்றுப் புறத்தைப் புதிதாகப் பார்க்கிறோம். பிறகுதான், அது நம் வீடு, நம் அறை, நமது படுக்கை என்று, எல்லா உணர்வுகளும், நம் நினைவுக்கு வருகின்றன.

மற்ற உயிரினங்கள் கண் விழிப்பதற்கும், நாம் கண் விழிப்பதற்கும் வித்தியாசம் இருக்கிறது. பிற உயிரினங்கள் கண் விழிக்கின்றன. தனது உணவைத் தேடிக் கிளம்புகின்றன. பசி ஆறுகின்றன. பிறகு, தனது உடல் தேவைகளைப் பூர்த்தி செய்துகொள்கின்றன. பிறகு, ஓய்வுகொள் கின்றன. அவ்வளவுதான்.

ஆனால், நம் அனுபவம் வேறு.

நாம் கண்விழிக்கும்போதே, நமக்குள்ளாக ஓர் உணர்வும் கண் விழிக்கிறது. அது, ஒரு மாறுதலை உணர்கிறது.

நேற்று என்பது உறக்கத்தோடு முடிந்துபோயிற்று. இன்று கண் விழிப் போடு புதிய நாள் துவங்குகிறது. இன்றைக்கு, நம் பொழுது எப்படிக் கழிய வேண்டும் என்பது குறித்த எண்ணங்கள், ஒவ்வொன்றாக நினைவுக்கு வருகின்றன.

அன்றைய தினத்துக்கான விஷயங்கள் நம்மைச் சீண்டுகின்றன. ஒரு விஷயம், நம்மை மகிழச் செய்கிறது. இன்னொரு விஷயம், நம்மைக் கவலைப்படச் செய்கிறது. மற்றொரு விஷயம், நம்மைக் கலங்கச் செய்கிறது.

எல்லாவற்றையும் கடந்து, நம் எதிர்காலம் என்ன? நமக்கு முன்னே உள்ள கடமைகள் என்ன? என்ற ஒரு எதிர்பார்ப்பு, நமக்குள்ளே ஒரு தேடுதலை ஏற்படுத்திவிடுகிறது. அந்த எதிர்பார்ப்பு, நேற்று உறங்கும்வரை உடன் இருந்து. உறங்கிய பின் நினைவிழந்து, மீண்டும் கண் விழிக்கும்போது நினைவுக்கு வந்துவிடுகிறது.

நம்மை அறியாமல், நம்முள் இருக்கும் அந்த உணர்வுதான், நம்மை தினமும் வழி நடத்திக்கொண்டிருக்கிறது.

அந்த உணர்வு, பல்வேறு உணர்வுகளின் 'கூட்டு உணர்வு'.

அது, எது?

இன்பம், துன்பம், மகிழ்ச்சி, சோகம், சிரிப்பு, அழுகை, எதிர்பார்ப்பு, ஏமாற்றம், ஆசை, நிராசை என்ற மாறுபட்ட உணர்வுகளின் மையத் தோற்றுவாயாக இருப்பது.

அது, எது?

மனது.

மனது என்பது அதுவாகத்தான் இருக்கிறது.

மனது, எதுவாக இருக்கிறது?

அதுவாகவே இருக்கிறது.

அதுவாக என்றால், எதுவாக?

'நீயாகவே இருக்கிறது. நீ, உன் மனதாகவே இருக்கிறாய். உன் மனது, நீயாகவே இருக்கிறது'.

'என் மனது, நான் ஆக இருக்கிறதா? அப்படி என்றால், நானா மனது?'

ஆம். நீயே மனது. உன்னை 'எதுவாக'க் கருதுகிறாயோ, அதுவாகவே உன் 'மனதும்' இருக்கிறது.

நீ வேறு, அது வேறு இல்லை.
நீயே, அதுவாகத்தான் இருக்கிறாய்.

- இப்படிச் சொல்கிறது உபநிடதம்.

பஞ்சபூதங்களும் ஐம்புலன்களும்

இயற்கை, பஞ்சபூதங்களாக இருக்கிறது. அவை, பிருதிவி (பூமி), அப்பு (நீர்), தேயு (நெருப்பு), வாயு (காற்று), ஆகாசம் (வானம்).

மனிதனுக்கு, மெய், வாய், கண், காது, மூக்கு என்ற ஐந்து கருவிகள் உள்ளன. அவை, தீண்டல், சுவைத்தல், பார்த்தல், கேட்டல், நுகர்தல் என்ற ஐம்புலன்களாக உள்ளன.

இந்த ஐம்புலன் உடல் என்பது பஞ்சகோசங்களால் ஆனது. அவை, 1. அன்னமய கோசம், 2. பிராணமய கோசம், 3. மனோமய கோசம், 4. விஞ்ஞானமய கோசம், 5. ஆனந்தமய கோசம் ஆகும்.

ஸ்தூல தேகம் - மனித உடல்

மனித உடலில் மூன்று வகை நாடிகள் ஓடுகின்றன. அவை, வாதம், பித்தம், கபம் ஆகும். இவை மூன்றும், முறையே காற்று, நெருப்பு, நீர் ஆகியனவாகும். இவற்றைக் கொண்டு, மணலாகிய உடலை உருவாக்கித் தந்திருக்கிறது இயற்கை. வெட்டவெளியில், கோடானு கோடி கோள்களில் ஒன்றாக, இந்தப் பூமியும் சுழன்றுகொண்டிருக்கிறது. நாமும், பூமியோடு சேர்ந்து சுழன்றுகொண்டிருக்கிறோம்.

'உடம்பினைப் பெற்ற பயன் ஆவதெல்லாம் உடம்பினுக்குள்ளே உத்தமனைக் காண்' என்று, அதற்கான காரணத்தையும் ஔவையாரே சொல்லிவிட்டார்.

'உடம்பினுக்குள்ளே உருபொருள் கண்டேன். உடம்பினை நான் இருந்து ஓம்புகிறேனே...' என்று, திருமூலரும் சொல்கிறார்.

'உள்ளப் பெருங்கோயில் ஊன் உடம்பு ஆலயம்' என்றார், வள்ளலார்.

'காயமே (உடலே) கோயிலாக...' என்றார், நாவுக்கரசர்.

நமக்கு முன்னால் வாழ்ந்த ஞானிகளும், யோகிகளும், உடலின் பயனை உய்த்து உணர்ந்து, அதன் கடமையை நமக்குத் தெளிவுபடுத்திவிட்டுப் போயிருக்கிறார்கள்.

உடலின் அருமையை உணர்ந்தவர்கள் அதைப் பேணினார்கள். உணராத வர்கள், அதைப் பலவகைத் தீய பழக்கவழக்கங்களாலும், தீய எண்ணங் களாலும் அழித்துக்கொள்கின்றனர்.

உலக அனுபவங்களுக்கு அப்பால், உன்னதமான உள்ளத்து அனுபவம் ஒன்று, ஒவ்வொரு மனிதனுக்கும் காத்திருக்கிறது. அது, மனிதப் பிறவிக்கு மட்டுமே உரித்தான மாபெரும் பரிசு. அதைத் தேடுகிறவன், அதை அடைந்து இன்புறுகிறான்.

வார்த்தைகளால் சொல்லமுடியாத பேரின்பம் அது. அதை அனுபவித்த வர்கள் மட்டுமே அந்த அற்புதத்தை ஒப்புக்கொள்ள முடியும்.

எத்தனை பேர் அதை அனுபவித்திருப்பார்கள்?

அதை அனுபவிக்க, முதலில் இன்ப துன்பங்களை அனுபவித்தாக வேண்டும். அதுவே பாதை. இல்லறத்தில் அனுபவித்து, வாழ்ந்து கடந்துசெல்ல வேண்டும். அவற்றை அனுபவிக்கக் காரணமாக விளங்கும் இந்த உலகையே 'மாயை' என்றார்கள்.

உலகில் பிறக்கும்வரை வினைகள் உண்டு. அதாவது, வினைகள் இருக்கும்வரை பிறவிகள் உண்டு. மனிதப் பிறவியே, வாழ்க்கை அமைப்பைக் கொண்டுள்ளது.

வாழ்க்கை நிலையற்றது. அது, பிணி, மூப்பு, இழப்பு, ஏமாற்றம், துன்பம், துயரம், தோல்வி, அழுகை, வேதனை, காயம், வலி என்று, மனத்துக்கு ஒவ்வாத அனுபவங்களைத் தருவதாக இருக்கிறது.

வாழ்க்கையில் கிடைக்கும் இன்பங்களும் நிலையற்றதாக இருக் கின்றன. ஒவ்வொரு இன்பமும், முடிவில் துன்பத்தையே பரிசாகத் தருகிறது.

ஒருவன் இன்புறும்போது, இன்னொருவன் துன்புறுகிறான்.

இரண்டு பேருமே, ஒரே தாய் வயிற்றில் பிறந்தவர்களாக இருக்கிறார்கள். அதுதான் கொடுமையாக இருக்கிறது. என்னதான் முயன்றாலும், ஒருவருக்கு ஒருவர் உதவ முடியவில்லை.

அதனால், தவிர்க்கமுடியாமல் போகிறது. தப்பிக்கவும் வழியற்றுப் போய்விடுகிறது. தீர்வை, உலகியல் சார்பாகத் தேடி ஓடுகிறார்கள். பரிகாரங்கள் செய்கிறார்கள். ஆனாலும் பலன் இல்லை.

நம் பிறவித் துன்பங்களுக்கான காரணங்கள், பிறவிக்கு முன் இருந்தே வருபவை. அவற்றை, வேறு யாரும் நமக்குத் தரவில்லை. சுவற்றில் எரிந்த பந்து, எரிந்த வேகத்துக்கு நம்மிடமே திரும்பிவருகிறது.

இன்பமும் சரி, துன்பமும் சரி, நாம் ஏற்கெனவே பிறருக்குக் கொடுத் தவை. அவையே, இன்றைக்கு நம்மிடம் திரும்பி வருகின்றன.

முழு நிலவில், மொட்டை மாடியில் நாய் விளையாடிக்கொண்டிருக் கிறது. அது தரையில் தெரியும் தனது நிழலைக் கவ்வ எவ்வளவோ முயன்றது. அதைக் கண்டு பயந்து ஓடிப்பார்க்கிறது. நிழல், அதைத் துரத்தத் துரத்த, அதுவும் வாலைச் சுருட்டிக்கொண்டு ஓடுகிறது. ஆனால், நிழலைவிட்டு வெளியேற முடியவில்லை.

மனிதனுக்கும், அதுபோன்ற ஒரு நிழல் உண்டு. அது, உடலால் பூமியில் விழும் நிழல் அல்ல. கர்மவினைகளால், வாழ்க்கையில் விழும் நிழல் அது. அதிலிருந்து தப்பித்து, விடுதலை அடையத்தான், மனிதன் எத்தனையோ வழிகளில் போராடிக்கொண்டிருக்கிறான். எதிலுமே பலன் இல்லை.

'நோய் நாடி நோய் முதல் நாடி..' என்றார் வள்ளுவர். நோய்க்கான, உண்மைக் காரணத்தைக் கண்டறியாமல், என்னதான் வைத்தியம் புரிந்தாலும் பலன் துளியும் இருக்காது.

தலை வலி என்பது, உடலில் தோன்றியுள்ள நோயை அறிவிக்கும் அபாய 'ஒலி'. உடனடியாக, தலை வலி மாத்திரையைப் போட்டு அதை மறக்கச் செய்துவிடுகிறார்கள். உண்மையில், தலை வலி குணமாவ தில்லை. மாத்திரையால் மறைக்கப்படுகிறது.

அதனால், நோய் தாராளமாக வளர்ந்து முற்றுகிறது. மரணத் தருவாயில் டாக்டரிடம் ஓடுகிறான். குணப்படுத்த வழி இல்லை என்று டாக்டர்கள் கை விரிக்கிறார்கள்.

வரக்கூடிய இன்பமும் நிலைத்திருப்பதில்லை. துன்பமும் நிலைத் திருப்பதில்லை. நாம் விரும்பும் எதுவும், நம்மிடம் நிரந்தரமாக இருப்பதில்லை.

இதை உணர்ந்தவன்தான், இன்ப துன்பம் இரண்டுக்கும் அப்பாற்பட்ட ஒரு 'புது நிலையை' எதிர்பாரக்கிறான்.

பிறகு அதைத் தேடத் துவங்குகிறான். தேடுபவனே கண்டடைகிறான்.

'உடம்போடு உயிரிடை நட்பு' என்றார் வள்ளுவர்.

உயிரானது, உடலுக்கும் மனத்துக்கும் பொதுவாக இருந்து இரண்டை யும் கூட்டுவிக்கிறது. மனத்தின் எண்ணங்களை, உயிரானது உடலால் அனுபவப்படுத்துகிறது. அதாவது, உயிரானது அதற்கு ஒரு சாட்சியாக இருக்கிறது.

உயிர் இருக்கும்வரைதான் உடலுக்கு மரியாதை. அதனால், உடலைக் கொண்டு மனத்தால் உயிரைப் போற்ற வேண்டும். அதுவே, மனம் உள்ள மனிதனாகப் பிறந்தவனின் கடமை.

காரண காரியம். காரணம் இன்றி காரியம் இல்லை.

தூரத்தில் புகை எழும்புகிறது. அங்கே நெருப்பு எரிகிறது என்று பொருள்.

நமது வாழ்க்கையில், இன்பங்களும் துன்பங்களும் மாறி மாறி வரும் காரணங்களை, முதலாவதாகக் கண்டறிந்து உலகுக்குக் கூறியது நம் இந்து மதமே.

நம் பிறப்புக்கு ஒரு காரணம் உண்டு. காரணத்தைக் கண்டுபிடித்தால், மீண்டும் ஒரு பிறவி இருக்கிறது என்ற மர்மம் தெரியவருகிறது.

நம்முடைய உடலுக்கு ஐம்புலன்கள் உள்ளன. அவற்றின் அனுபவங் களைப் பெறும் அக உடம்பு ஒன்று நமக்குள்ளேயே இருக்கிறது. அதற்கு 'நுண் உடல்' என்று பெயர்.

இது, ஸப்த, ஸ்பரிச, ரூப, ரஸ, கந்தம் என்னும் பஞ்சபூத தன் மாத்திரை களால் ஆனது. அத்துடன், மனம், புத்தி, அஹங்காரம் என்னும் மூன்று அந்தக் கரணங்களும் இவற்றுடன் சேர்ந்து உள்ளன.

இந்த உடல், 'பதினெட்டு' தத்துவங்களால் ஆனது.

அவை, பஞ்சபூதங்கள் - 5, ஞானேந்திரியங்கள் - 5, கன்மேந்திரியங்கள் 5, மனம் 1, அஹங்காரம் 1, மஹத் தத்துவம் 1. ஆக, 18.

நுண் உடல்

'கற்கலாம், கேட்கலாம், கண்ணாரக் காணலாம், உற்றுடம்பால் ஆன உணர்வு...' என்று, நுண் உடலின் தன்மைபற்றிக் கூறினார் ஔவை.

இந்த உடல், ஒரு கருவியே. இதன் அறிவால், பரம்பொருளை அறிய வேண்டும் என்பதே பிறப்பின் நோக்கம். அறிந்தவர்கள், மீண்டும் பிறவாத நிலையில் இறைவனுடன் சேர்கிறார்கள். அறியாமல் இறப்பவர்கள், இப்பிறவியில் அனுபவிக்க இயலாத இன்ப துன்பங்களை, சொர்க்கத்திலும், நரகத்திலும் சென்று அனுபவிப்பார்கள். அந்தச் சரீரத்துக்கு, 'யாதனா சரீரம்' என்று பெயர்.

நம் வாழ்வின் நிர்வாக அலுவலகம், நமது மூளை. மூளை, நம் தலைக்குள் இருக்கிறது. மூளைக்குள் மனது இருக்கிறது. மனம் சந்தோஷப்படுவதும், துக்கமடைவதும், இந்த உடலால் உணரப்படு கிறது.

எனவே, உடலைக்கொண்டு மனத்தைக் கையாளும் வித்தையை நம் முன்னோர்கள் கண்டறிந்தார்கள். பதஞ்சலி முனிவர், ஐயாயிரம் ஆண்டு களுக்கு முன்னதாக, உடலைக்கொண்டு மனத்தை அடக்கிஆளும் வித்தையைக் கண்டுபிடித்தார்.

உடலையும் மனத்தையும் ஒருங்கிணைக்கும் ஒப்பற்ற அந்தக் கலைக்கு, 'யோகாசனங்கள் 'என்று பெயரிட்டார்.

உடல் அடங்கினால், தானாகவே மனம் அடங்கும்.

மனம் அடங்கினால், இறைவனை மறைத்திருந்த திரையும் விலகும்.

அதன்பிறகு, இறைவனோடு ஒன்றி இறைத்தன்மை பெற்றுவிடலாம்.

இதுவே, அவர் கண்டறிந்த யோக சூத்திரம்.

மனத்தை அடக்குவதற்கு, இந்த உடலானது ஒரு உபகரணமாகும்.

உடல் அளவில், இதுவரை சுமார் 5,000 நோய்கள் இருப்பதாகக் கண்டுபிடிக்கப்பட்டுள்ளது. அத்தனையும் வாத, பித்த, கப நாடிகளை மையப்படுத்தியே வருகிறது. இம்மூன்று நாடிகளும், அவரவர் மனத்தைப் பொறுத்து வருகிறது. அவரவர் மனங்கள், அவரவர் முற்பிறவிப் பலன்களைப் பொறுத்தது என்று கண்டார்கள், நம் முன்னோர்கள்.

மேலை நாட்டு மருத்துவ அறிஞர்கள், இன்றைக்கு உடல் நோய்களுக்கு முக்கியத்துவம் கொடுப்பதில்லை. அவர்கள், உடலுக்கு நோய் வந்தால், முதலில் மனத்தை ஆராயச் சொல்கிறார்கள். மனத்திலிருந்து தான் நோய்கள் புறப்படுகின்றன என்கிறார்கள்.

ஒவ்வொருவருக்கும் ஒரு முகம் இருக்கும் ரகசியத்தை நம் முன்னோர்கள் தெளிவுபடுத்தியிருக்கிறார்கள். அவரவர் வினைகளுக்குத் தக்க உடலோடுதான் பிறந்து வருகிறார்கள் என்று, அவர்கள் சொன்ன உண்மை, நவீன விஞ்ஞான மருத்துவத்துடன் ஒத்துப் போகிறது பாருங்கள்.

'நோய் நாடி நோய் முதல் நாடி...' என்றார் வள்ளுவர். உடல் நோய்களுக்குச் சரியான காரணத்தைக் கண்டறிய வேண்டும் என்கிறது உடலியல் மருத்துவம்.

உடல் நோயின் காரணம் தெரிந்துவிட்டது. சிகிச்சை தருகிறார்கள். ஆனால், சிசிக்சையால் எந்த நோயும் பூரணமாகக் குணமாவதில்லை. அதன் காரணம், மனத்துக்குள் பொதிந்துகிடக்கிறது. அதைக் கண்டறியும் பொறுமை யாருக்கும் இல்லை. நோயுற்ற மனிதனுக்கே இல்லை. அவனே மருந்து மாத்திரை, அறுவைச் சிகிச்சைகளோடு மட்டும் நோயிலிருந்து குணமாகிவிட வேண்டும் என்று விரும்புகிறான். காரணம், தன் மனத்துள்ளே 'குணமானது' மறைந்துகிடக்கிறது என்ற உண்மை அவனுக்கே தெரிவதில்லை.

விஞ்ஞான மருத்துவம், உடலை ஒரு எந்திரமாகவே பார்க்கிறது.

'எந்திரத்தில் பழுது வாராமல் பார்த்துக்கொள்ள வேண்டும். சிறிய பழுது நேரிட்டாலும், உடனே சரி செய்துவிட வேண்டும்' என்பது, எந்திரங்களுக்கான பொறியாளர்கள் சொன்ன 'தொழிற்சாலை வேதம்' ஆகும்.

அதே வேதத்தை, மனித எந்திரத்துக்கும் பொருத்திவிட்டது, மருத்துவ விஞ்ஞானம். உடலுக்கு நோய் வராமல் பார்த்துக்கொள்ள வேண்டும். வந்தால், உடனே சிகிச்சை எடுத்துக்கொள்ள வேண்டும். அவ்வளவு தான். பூரண குணத்துக்கு அது உத்தரவாதம் கொடுப்பதில்லை.

உடல் நலனுக்கு நல்ல உணவு, நல்ல ஜீரணம், நல்ல உழைப்பு, நல்ல உறக்கம் தேவை என்று அறிவுரை செய்கிறார்கள். இவ்வளவும் முறையாகக் கிடைப்பதற்கு, மனத்தின் தயவு வேண்டும் என்பதை மட்டும் மறந்துபோனார்கள்.

பஞ்ச கோசங்கள்

ஸ்தூல உடல், 'பஞ்சபூதங்'களால் ஆனது. ஆனால், நுண் உடலோ 'பஞ்ச கோசங்'களால் ஆனது.

1. அன்னமய கோசம்

ஸ்தூல உடலான இது, திட உணவுகளால் வாழக்கூடியது. அதனால், 'அன்னமய கோசம்' என்று அழைக்கப்படுகிறது.

2. பிராணமய கோசம்

அன்னமய கோசமாகிய இந்த உடலுக்குள் இருப்பது, பிராணமய கோசம். இதுவே, நுண் உடல் ஆகும். இதுவே, பிராணன், அபானன், சமானம், உதானன், வியானன், நாகன், கூர்மன், கிரிதரன், தேவதத்தன், தனஞ்சயன் என்ற பத்து வகை வாயுக்களாகவும் (தச வாயு), 72,000 நாடிகளாகவும் செயல்படுகிறது.

மனோமய கோசம்

இது, பிராணமய கோசத்துக்குள் அமைந்திருக்கிறது. நமது ஆசாபாசங்களைத் தூண்டிவிட்டு, இன்ப துன்பங்களை அனுபவிக்கச் செய்து, நம்மைப் பிறவிகளுக்கு ஆளாக்கும் கோசம் இது.

விஞ்ஞானமய கோசம்

இது மனோமய கோசத்துக்குள் இருக்கிறது. அறிவால் அறியப்படும் விஷயங்களை, விருப்பு வெறுப்புகளுக்கு ஏற்ப அர்த்தப்படுத்துவது.

ஆனந்தமய கோசம்

ஆழ்ந்த உறக்க நிலையில் கிடைக்கும் ஆனந்தமாகும். அதை அறிய விடாமல், அறியாமையாகிய அஹங்காரமானது மறைத்திருக்கிறது.

மேற்கண்ட ஐந்து கோசங்களால், வாழ்க்கையில் இன்ப துன்பங்களில் அடிபட்டு, ஓட்டுமொத்தமாக இவற்றிலிருந்து விடுபட்டுவிடத் துடிக்கும் நாள் ஒன்று, ஒவ்வொருவருக்கும் வரும்.

இதுவே, ஞானம் ஆகும். இந்த ஞானத்தைப் பெறுவதற்கென்றே, ஒவ்வொரு மனிதனும் உடல்பெற்று வருகிறான். இந்த ஞானத்தைப் பெறுவதற்கு, நாமே விரும்பி எடுக்கும் முதல் முயற்சியே தியானம் ஆகும்.

தியானம், நம்மை நாமே பக்குவப்படுத்தி ஞானத்தை பெற ஏற்றவராக்குகிறது.

உள்ளம்

அகத்துள்ளே இருப்பதால் அதை உள்ளம் என்றார்கள். உள்ளத்தில் நான்கு பிரிவுகள் உள்ளன. 1. மனம், 2. புத்தி, 3. அஹங்காரம், 4. சித்தம். மனம் என்பது சிந்திப்பது, புத்தி என்பது அறிந்துகொள்வது, அஹங்காரம் என்பது நான் - எனது என்ற உணர்வு, சித்தம் என்பது ஞானத்துக்கு

உரியது, அதாவது, அடி மனப் பகுதி.

மனம் என்பது மாறிக்கொண்டே இருப்பது. கிராமங்களில் ஒரு பழமொழி சொல்வார்கள். யாராவது ஒரு விஷயத்தைக் குறித்து உறுதி யாகச் சொன்னால், 'நீ சொல்வதை, ஓடும் நீரில்தான் எழுத வேண்டும்' என்று.

ஓடிக்கொண்டிருக்கும் நீருக்கு ஆரம்பமும் இல்லை. முடிவும் இல்லை.

கரும்பலகையில் எழுதினால் நிற்கும். மண்ணில் எழுதினால்கூட நிற்கும். ஆனால், ஆற்று நீரில் எழுதினால் எப்படி நிற்கும். அது, நிலை அற்றது/இல்லாதது என்பதற்கு மிகச் சிறந்த உதாரணம்.

மனம், எதிலும் நிலைகொள்ளாதது. அதனால்தான், அதை குரங்குக்கு ஒப்பிட்டார்கள். குரங்கு ஓரிடத்தில் நிலையாக இருக்காது. குரங்கி லிருந்து வந்தவன் மனிதன் என்ற டார்வின் தத்துவம், எவ்வளவு பெரிய உண்மை என்பதற்கு, குரங்கின் மனோநிலையே சாட்சி.

தாயுமான சுவாமிகள், மனத்தின் குரங்குத்தனத்தைச் சுட்டிக்காட்டி, ஒரு பாடலும் புனைந்திருக்கிறார்.

> 'கொள்ளித் தேள் கொட்டி குதிக்கின்ற பேய்க் குரங்காய்
> கள்ள மனம் துள்ளுவது என் கண்டாய் பராபரமே
> குணமில்லா மனமில்லாப் பேய்க் குரங்கின் பின்னே
> மாளாத கவலையுடன் சுழல ன்னை வைத்தனையே
> பஞ்சாய்ப் பறக்கும் நெஞ்சப் பாவியேனைக் கூவி 'ஐயா
> அஞ்சாதே' என்று இன்னருள் செய்யவும் காண்பேனோ'

என்கிறார்.

2
மனம் ஒரு குரங்கு

மனம், குரங்குபோல் நிலையில்லாமல் குதிக்கக்கூடியது.

ராஜாவுக்கு, 'அல்சர்' எனப்படும் வயிற்றுப் புண் வந்தது. அவன், காரமே சாப்பிடக் கூடாது என்று மருத்துவர்கள் சொல்லிவிட்டார்கள். மசாலா அயிட்டங்கள் எதையுமே தொடக் கூடாது என்றும் கூறிவிட்டார்கள். அத்தோடு விட்டிருந்தாலும் பரவாயில்லை. உப்பை யும் குறைத்துக்கொள்ள வேண்டும் என்று கூறிவிட்டார்கள். எல்லா மருத்துவர்களுமே, ஏதாவது ஒரு 'பத்தியத்தைத்' தூக்கிப் போட்டார்கள்.

'நாக்கு செத்துப்போய்விட்டது' - ராஜா, விரக்தியின் உச்சத்துக்கே சென்றுவிட்டான். மீண்டும், ஊர் ஊராகத் தேடினான். கடைசியாக, ஒரு வைத்தியன் கிடைத்தான். அந்த வைத்தியன் கடவுள் அருள் பெற்றவன். அவனிடம் மருந்து வாங்கினால், பத்தியமே தேவை இல்லை. எதை வேண்டுமானாலும் சாப்பிடலாம் என்றார்கள்.

வயிற்றைப் பிடித்துக்கொண்டு ஓடினான். வைத்தியனிடம், தனது வலியைப் பற்றி விவரமாகச் சொன்னான்.

வைத்தியன் வாய் கிழியச் சிரித்தான். வைத்தியனைப் பார்த்ததுமே, வயிற்று வலி எல்லாம் மாயமாக மறைந்துபோனதுபோல் உணர்ந்தான்.

வந்தவன் கையில், ஒரு மருந்துக் குப்பியைக் கொடுத்தான் அந்த வைத்தியன்.

'மகனே, இதோ பிடி. தினமும் ஒரு முறை குடித்தால் போதும். இதற்குப் பத்தியமே தேவை இல்லை. எதை வேண்டுமானாலும் தின்னலாம். எவ்வளவு வேண்டுமானாலும் தின்னலாம். காரத்தை கணக்கு வழக்கு இன்றி சாப்பிடலாம். உப்புக்கும் அளவு இல்லை. ஊறுகாய்க்கும் தடை இல்லை. தாராளமாகத் தின்னலாம். சந்தோஷமாகப் போய் வா' என்றான்.

ராஜாவுக்கு, கால்கள் தரையில் இல்லை. சாஷ்டாங்கமாக விழுந்தான். கையில் வைத்திருந்த பணத்தை எல்லாம் அள்ளிக் கொடுத்துவிட்டு, மருந்துக் குப்பியை மார்போடு அணைத்துக்கொண்டு திரும்பினான்.

அவனது அடுத்த இலக்கு, 'ஆந்திரா மெஸ்'தான்.

காரசாரமான குழம்புகளை எல்லாம் சாதத்தில் கொட்டி, வயிறு புடைக்கத் தின்ன வேண்டும் என்று, வாயில் ஜலம் ஊறப் புறப்பட்டவனை வைத்தியன் அழைத்தான்.

திரும்பினான் ராஜா.

உனக்கு ஒரு பத்தியமும் இல்லை. ஆனால், ஒரே ஒரு யோசனை மட்டும் சொல்வேன். அதைத் தவறாமல் கடைப்பிடிப்பாயா? என்றான்.

'உணவுக் கட்டுப்பாடு பத்தியம் இல்லாமல் எதைச் சொன்னாலும் அப்படியே கடைப்பிடிப்பேன். தாராளமாகச் சொல்லுங்கள்' என்று தலை வணங்கி நின்றான் ராஜா.

'வேறு ஒன்றும் பெரிதாக இல்லை. நீ ஆசைப்பட்டதை எல்லாம் சாப்பிடலாம். ஆனால், அந்த மருந்துக் குப்பியைத் திறந்து வாயில் ஊற்றும்போது மட்டும், எக்காரணத்தை முன்னிட்டும் குரங்கைப் பற்றி மட்டும் நினைத்துவிடக் கூடாது. தெரியுமா? குரங்கைப் பற்றி தப்பித் தவறி நினைத்துவிட்டால், தீர்ந்துச்சு. மருந்து சுத்தமாக வேலை செய்யாது' என்றார்.

'ப்பூ...' இவ்வளவுதானா, இதெல்லாம் ஒரு யோசனையா? நான் எதற்கு குரங்கைப் பற்றி நினைக்கப்போகிறேன்' என்று கூறிவிட்டு ஓடினான், ராஜா.

ஆந்திரா மெஸ்ஸில் போய் காரசாரமாக வெளுத்துக் கட்டினான். வீட்டுக்குத் திரும்பியதும், வைத்தியன் தந்த மருந்துக் குப்பியை மகிழ்ச்சியுடன் திறந்தான். பெருமையோடு வாயருகே கொண்டு சென்றான். அப்போதுதான், வைத்தியன் சொன்னது நினைவுக்கு வந்தது. மனக்கண்ணில், குரங்கு ஒன்று தெரிந்தது. அதை மறுத்து, வெறுத்துப் பாத்தான். மீண்டும் மீண்டும் நினைவுக்கு வந்தது.

குரங்கு முகம் மறையும்போது, வைத்தியன் முகம் தோன்றியது. மருந்தைக் குடிக்கப்போனபோது, வைத்தியன் முகம் மறைந்து குரங்கு முகம் தோன்றியது. வைத்தியனும் குரங்கும் மாறி மாறி மனத்துக்குள் பேயாட்டம் போட்டார்கள்.

அதே சமயம், 'ஆந்திரா மெஸ்' தனது வேலையைக் காட்டத் துவங்கியது. வயிற்று வலியால் துடிதுடித்தான் ராஜா. வலி கூடிக்கொண்டே போனது.

கையில் உருட்டுக் கட்டையை எடுத்துக்கொண்டு, வைத்தியன் வீட்டைநோக்கி ஓடினான்.

'ஏண்டா பொறம்போக்குப் பயலே. பத்தியமே இல்லைன்னு சொல்லிட்டுப் போட்டேயடா, ஒரு பத்தியம். உன்கிட்டே குரங்கைப் பத்தி நான் கேட்டேனா. அதைச் சொல்லித் தொலைக்காமலே இருந்திருக்கலாமே. இந்த மருந்தை எப்போதோ குடிச்சிருப்பேனே. என்னால் இப்போ குடிக்கவே முடியவில்லையே' என்று, மருந்து குப்பியைத் தூக்கி எறிந்தான். திரும்பி நடந்தான்.

தலையைச் சொறிந்துகொண்டு, குரங்கைப் போலவே சிரித்தான் வைத்தியன்.

இதுவரை சொன்னது, கவிஞர் கண்ணதாசன் சொன்ன கதை. கதை முடியவில்லை, இன்னும் இருக்கிறது.

'தம்பி...' என்று அழைத்தான், வைத்தியன்.

அவனோ, கோபத்தோடு திரும்பிப் பார்க்காமல் நடந்து மறைந்தான்.

'பைத்தியக்காரன், அவசரப்பட்டு ஓடறான்' என்றான், வைத்தியன்.

அருகில் இருந்த சக நோயாளிகள், என்ன என்று விவரம் கேட்டார்கள்.

அவர்களிடம் விளக்கம் கூறினான் வைத்தியன். 'ஆத்திரக்காரனுக்குப் புத்தி மட்டம் என்பது சரியாகத்தான் இருக்கிறது. மருந்துக் குப்பியைத் திறக்கும்போது, குரங்கைப் பற்றி மட்டும் நினைக்கக் கூடாது என்று சொல்லியிருந்தேன். வந்தவன் ஏன் இப்படிச் சொன்னீர்கள் என்று நியாயமாகக் கேட்டிருந்தால், நான் நல்ல பதிலைச் சொல்லி இருப்பேன். அவசரப்பட்டுட்டான்...'

'என்ன சொல்கிறீர்கள்?' என்றார்கள், அவர்கள் புரியாமல்.

வைத்தியன் தனது கல்லாப் பெட்டியிலிருந்து ஒரு நாணயத்தை எடுத்து, அவர்கள் முன்னால் தூக்கி எறிந்தான். அதை அவனே திரும்ப எடுத்தான். அங்கு இருந்தவர்களிடம் நீட்டினான்.

இந்த நாணயத்துக்கு ரெண்டு பக்கங்கள் இருக்கின்றன. ஒரு பக்கம் இல்லாமல், இன்னொரு பக்கம் இல்லை. பூவா தலையா போட்டுப் பார்ப்பதற்கு, இரண்டு பக்கங்களும் வேண்டும். ஒன்று போனால் இன்னொன்று. கடவுள், மனிதனுக்குக் கை கால்கள், கண்கள், காதுகள், சிறுநீரகங்கள் என்று எல்லாவற்றையுமே இரண்டு இரண்டாகப் படைத்திருக்கிறான். ஒன்று போனால், இன்னொன்று உதவட்டும் என்று. ஆனால், இதயத்தையும் அப்படி இரண்டாகப் படைத்திருக்கலாமே, ஏன் படைக்கவில்லை?

எல்லோரும் விழித்தார்கள்.

அது பழுதே படாது. அப்படிப் பழுதாகிவிட்டால், அத்தோடு விதி முடிந்துவிட்டது என்று அர்த்தம். போய்ச் சேர வேண்டியதுதான் என்று சொல்லிவிட்டு சிரித்தான்.

'அது சரி வைத்தியரே, நாணயத்தை ஏன் தூக்கிப்போட்டு 'பூவா தலையா' பார்த்தீர்கள்?' என்றார்கள் அவர்கள்.

'மருந்து குப்பியைத் திறக்கும்போது, குரங்கைப் பற்றி நினைக்கக் கூடாது என்று சொல்லி இருந்தேன். அவன் ஓடிவந்து கத்திவிட்டுப் போகிறான். என்ன ஏது என்று கேட்டால்தானே உண்மை புரியும். ஹூம். அவனுக்குக் கொடுத்துவைத்தது அவ்வளவுதான். பாருங்கள், அவனுக்கு மருந்து நன்றாக வேலை செய்ய வேண்டும் என்றால், அவன் குரங்கைப் பற்றி நினைத்துப் பாாக்க வேண்டும் என்பதுதான் வைத்தியம். அதை முதலில் அவனுக்குப் பரிசோதித்துப் பார்ப்பதற்காகத்தான் சொல்லி அனுப்பினேன்.

எந்த வைத்தியனாவது, நோயாளி கெட்டுப்போக விரும்புவானா? இந்த நாணயத்துக்கு இரண்டு பக்கங்கள். ஒன்றில்தான் இன்னொன்று இருக் கிறது. நமக்கு எந்தப் பக்கம் தேவையோ, அதைப் பார்த்துக்கொள்ள வேண்டியதுதான். குரங்கை நினைத்தால் குணமாகாது என்றேன். அதை அவன் எப்படி எடுத்துக்கொள்ள வேண்டும். குரங்கை நினைத்துக் கொண்டே குடித்து, நோயைக் குணமாக்கிக்கொள்வேன் என்று எடுத்துக்கொண்டிருக்க வேண்டும். அந்தப் பக்குவம் வரவில்லை. அந்த மடையன் என்னிடமே வந்து, அதைப்பற்றிக் கேட்டிருக்கலாமே. மருந்து, பக்க விளைவுகளை ஏற்படுத்தினால், சம்பந்தப்பட்ட வைத்தியரிடம்போய் ஆலோசனை கேட்க வேண்டியதுதானே முறை. அவர்தானே அதற்கு மாற்று மருந்து கொடுக்க முடியும். அதற்குக்கூடப் பொறுமை இல்லை என்றால், இவன் எப்படி குணமாகப் போகிறான். இவன் எப்படி இந்த உலகில் வாழப்போகிறான்'.

மனத்தின் இயல்பு

மறக்க வேண்டும் என்றால் மறக்கவே முடியாது. அதுதான், மனத்தின் இயல்பு. பயப்படக் கூடாது என்றால் பயப்படச் சொல்லும். போகக் கூடாது என்றால் போகச் சொல்லும். தூங்கக் கூடாது என்றால் தூங்கச் சொல்லும். தூங்கியாக வேண்டும் என்றால், தூக்கத்தையே விரட்டி அடிக்கும்.

மனது, நமக்கு எதிராகப் போராட்டம் பண்ணும். பொல்லாதது. அதனால்தான், அதை குரங்குக்கு உதராணமாகச் சொன்னார்கள். அப்படிப்பட்ட மனத்தைக்கூட, அடக்கி ஆண்டு நம் வயப்பட வைக்கவும் முடியும் என்றால், உங்களால் நம்ப முடிகிறதா?

அந்த வைத்தியன் சொன்னபடி, குரங்கின் நினைப்பு இல்லாமலேயே மருந்தைக் குடிக்க முடியும். அதுமட்டுமல்ல. குரங்கின் நினைப்பையே காரணமாக வைத்து, குணமாக்கிக் காட்டவும் முடியும். அதற்கும் மனத்தில் இடம் உண்டு.

தீமையை நன்மையாகவும், துன்பத்தை இன்பமாகவும் மாற்றவல்ல ஆற்றல், நம் மனத்துக்கு இருக்கிறது. அப்படிப்பட்ட ஆற்றல் மிக்கவராக மாற வேண்டுமா? மாற முடியும். மாறலாம். வாய்ப்பு இருக்கிறது. அதற்குத்தான், தியானம் தேவை.

மனத்தின் இருப்பிடம்

பொதுவாக, மனத்தின் இருப்பிடத்துக்கு, மார்பின் மீது கைவைத்துக் காட்டுகிறோம். மனச்சாட்சிக்கும் மார்பையே காட்டுகிறார்கள்.

மனச்சாட்சியின் இருப்பிடமாக, மனத்தையே கருதுகிறோம். மார்புக்குள் இதயம் துடித்துக்கொண்டிருக்கிறது. மனச்சாட்சியை, இதயப் பகுதியில் வைத்துக் காட்டுவதன் பொருள், அது உயிருக்கு நிகரானதாகக் கருதப்படுகிறது. நாம், மனிதர்கள் என்பதைப் பெருமை யுடன் ஒப்புக்கொள்கிறோம். அதுவே, மற்ற உயிரினங்களிலிருந்து நம்மை வேறுபடுத்திக்கொண்டிருக்கிறது.

மானம்கூட, மனத்தைப் பாதிக்கும் விஷயமே. மானம் போய்விட்டால் உயிரோடு இருப்பது கூடாது என்று கருதுவது, மனத்துக்கும் உயிருக்கும் உள்ள நெருக்கத்தை உணர்த்துகிறது.

கிரேக்க அறிஞன் அரிஸ்டாட்டில் தொடங்கி சிக்மண்ட் ஃபிராய்ட் உள்பட நவீன உளவியல் அறிஞர்கள்வரை, மனத்தைப் பற்றிய இடையறாத ஆராய்ச்சிகள் நடத்தியிருக்கின்றனர். தொடர்ந்து நடை பெற்றபடியே இருக்கின்றன. ஆனால், இதுவரை மனத்தின் ஆழத்தை ஒருவராலும் கண்டறிய முடியவில்லை.

ஆனால், நம் மெய்ஞானிகள், மர்மம் நிறைந்த மனத்தின் முடிச்சுகளை எப்போதோ அவிழ்த்துக் காட்டிவிட்டார்கள். அவற்றை, விஞ்ஞானிகள் போல் விலாவாரியாகச் சொல்ல முடியாது என்பதால், அனுபவித்துத் தெரிந்துகொள்ளுங்கள் என்று உபாயங்களை மட்டும் சொல்லிவிட்டுச் சென்றார்கள்.

மனம், நினைவுகளின் வெளிப்பாடு. அது, உணர்ச்சிகளின் ஊற்று.

மிகவும் நேசித்தவர்கள் இறந்துபோனால், பிரிவுணர்ச்சி நம்மைப் பாதிக்கிறது. துக்கத்தில் அழுகிறோம். நாம் நேசித்தவர்கள் வந்து சேர்ந்துவிட்டால், நெகிழ்ச்சியில் அழுகிறோம்.

கண்ணீர் ஒன்றுதான்.

குளியல் அறையில் இரண்டு குழாய்கள் இருக்கின்றன. ஒன்றைத் திறந்தால், ஐஸ் போன்ற குளிர்ந்த தண்ணீர் வருகிறது. இன்னொன்றைத் திறந்தால், ஆவி பறக்கும் கொதி நீர் வருகிறது.

மனிதனின் துன்பத்துக்கும், இன்பத்துக்கும் கண்ணீர் ஒன்றே. கண்ணீரைச் சொரியும் உடலும் ஒன்றே. உணர்ச்சிகள் மட்டும், இரு வேறாக நம்மை ஏன் பாதிக்க வேண்டும்? அதற்கென்றே மனது படைக்கப்பட்டிருக்கிறது.

இறைவன் படைப்பில், ஒவ்வொன்றுக்கும் அர்த்தம் இருக்கிறது. மனத்தைப் படைத்ததற்கு, மிகப்பெரிய பின்னணி ஒன்று இருக்கிறது.

மற்ற எந்த உயிரினத்துக்கும் இல்லாத மனத்தை, மனிதப் பிறவிக்கு மட்டும் ஏன் வைக்க வேண்டும்?

சரியான காரணம் இருக்கிறது. அதுவே, அனுபவம்.

ஆம், அனுபவம் என்பது ஒன்றுதான்.

அதன் பாதிப்புகளோ, மனிதனுக்கு மனிதன் வேறுபடுகிறது.

பாதிப்புகள் எதற்கு? மனம், பக்குவப்படுவதற்கு.

மனம் ஏன் பக்குவப்பட வேண்டும்? உண்மையை உணர்ந்து கொள்வதற்கு.

உண்மை என்பது என்ன? மெய்ப் பொருள்.

அதை எதற்கு உணர வேண்டும்? கவலைகள் ஏதும் அற்று இருப்பதற்கு.

அப்படி ஒரு நிலை உண்டா? உண்டு. இன்ப துன்பங்கள் யாவும் அற்ற, பேரின்ப அனுபவம் ஒன்று, ஒவ்வொரு மனிதனுக்கும் காத்திருக்கிறது. அதை மனிதன் அடைய வேண்டும். அதுதான், நோக்கம். அதற்குத் தான், மனிதனாகப் படைக்கப்பட்டிருக்கிறோம். இதை, உணர்ந்தவர்கள் நிறைய உண்டு. ஆனால், உணராமல் போனவர்களோ கோடி கோடி உண்டு.

மனப் போராட்டம்

யாரைப் பார்த்தாலும் கவலை கவலை என்கிறார்கள். எதற்கெடுத்தாலும் நொந்துகொள்கிறார்கள். எதை எதை எல்லாமோ எண்ணி நடுங்குகிறார்கள்.

மனத்துக்குள் ஒரு ஆசை எழுகிறது. அதை அடைய விரும்புகிறோம். அப்போதிருந்தே, ஆசை நிறைவேறுமா என்ற மாற்று எண்ணமும் கிளம்பிவிடுகிறது. அப்போதே, மனத்துக்குள் ஒரு போராட்டம் துவங்கிவிடுகிறது.

ஆசைகளை நிறைவேற்ற முயற்சிக்கிறோம். எங்கிருந்தோ ஒரு தடை வந்து குறுக்கிடுகிறது. அந்தத் தடை, நம்மை வருத்துகிறது. ஆசைகளின் மேல் உள்ள பற்றுதலால், அதை விலக்க முயற்சிக்கிறோம். தடை விலகுகிறது.

அடுத்த சில அடிகளில், இன்னொரு தடை வந்து மோதுகிறது. அதனையும் விலக்குகிறோம். அடுத்து, இன்னொரு தடை. அது, நம்மைக் கீழேயே தள்ளிவிடுகிறது.

விழுந்தே கிடப்பதில்லை. முன்னைவிட அதிக உத்வேகத்துடன் எழ முயற்சிக்கிறோம். தடையை மீறிக்கொண்டே, இறுதிவரை பயணிக்கத் துணிந்துவிட்டோம். இதுதான், மனத்தின் இயல்பு.

தவறி விழும் எல்லா உயிரினங்களுமே எழுந்துகொள்கின்றன. அவற்றில் நோக்கம் ஏதும் இல்லை. தத்தித் தத்தி நடக்கும் குழந்தை கூடத் தடுமாறி விழுகிறது. கைகளை ஊன்றி எழுகிறது. அதிலும்கூட நோக்கம் இல்லை.

ஆனால், சிந்திக்கத் தெரிந்த மனிதன் விழுந்தால், அவன் எழுந்து கொள்வதில் ஒரு நோக்கம் இருக்கிறது.

உடலால் விழும்போது, கடமைகளை அடைவதற்காக எழுகிறான். உள்ளத்தால் விழும்போது, உண்மைப் பொருளை அடைவதற்காக எழுகிறான்.

'எனக்கு மனசே சரி இல்லை'. 'ஆமாம், எனக்கும்கூட மனசே சரியில்லை' - இப்படிப் புலம்பாத மனிதர்களே இல்லை.

'என் மனது என்னிடமே இல்லை. அதை, என்னால் கட்டுப்படுத்தவே முடியவில்லை. அதை, எப்படிக் கட்டுப்படுத்துவது? என்று ஒருவன், அந்த ஊரில் இருந்த மகானிடம் போய் கேட்டு நின்றான்.

'மனதே சரியில்லை' என்று புலம்புவது எது? அதனிடம்தான் இருக்கிறது மனது. புலம்புவது நீதானே. உனக்கு என்று ஒரு உடல் இருக்கிறது. அந்த உடலுக்குள்தான் மனதும் இருக்கிறது. நீ முதலில் உன் உடலை அறி. பிறகு, உள்ளே இருக்கும் மனத்தை அறியலாம். மனத்தை அறிந்துவிட்டால், அதை அடக்கிவிடலாம்' என்றார். ஆனாலும், 'மானிடராய்ப் பிறத்தல் அரிது' என்றார் ஔவை.

மனம், எண்ணங்களாக வெளிப்படுகிறது. எண்ணங்களே, நினைவுகளாகத் தொடர்கிறது.

மனத்தில் தோன்றும் எந்த ஒரு எண்ணமாக இருந்தாலும், அது 'நான்' என்ற எண்ணத்தை அடிப்படையாகக்கொண்டே எழுகிறது.

நான் என்பது யார்? என்ற சுய ஆய்வு தொடரும்போது, மனத்தின் சுய ரூபம் தெரிய வருகிறது. தன்னை அறிதல் என்பதே, மனத்தின் போக்கிடம் ஆகும்.

மனதும் மூன்று குணங்களும்

மனிதனுக்கு மூன்று முக்கியக் குணங்கள் உள்ளன. அவை, 1. ரஜோ குணம், 2. தமோ குணம், 3. சத்துவ குணம்.

1. ரஜோ குணம் - இது, முரட்டுத்தனமான மிருக மனோபாவம் உடையது.
2. தமோ குணம் - இது, சோம்பேறித்தனமான மந்த மனோபாவம் உடையது.
3. சத்துவ குணம் - இது, அன்பான, அமைதியான இரக்க மனோபாவம் உடையது.

உணவும் குணங்களும்

அசைவம், காரம் அதிகமாகச் சாப்பிட்டால், ரஜோ குணம் வெளிப்படும். இதனால், வாழ்க்கையில் பிரச்னை, வம்பு, வழக்கு, சண்டை, சச்சரவு, போட்டி, பொறாமை, பகைமை அதிகரிக்கும்.

புளி, உப்பு அதிகம் சாப்பிட்டால், எதிலும் பற்றில்லாமல், எந்த வேலையும் செய்யாமல், சும்மாவே ஊரைச் சுற்றி வருவது. தெண்டச் சோறு தின்றுவிட்டு, பட்டப் பகலிலும் அடித்துப் போட்டதுபோல் தூங்கிக்கொண்டிருக்கச் செய்யும்.

சைவ உணவு, பச்சைக் காய்கறிகளை அளவோடு உண்டு வந்தால், மனத்தில் அமைதி, சகிப்புத்தன்மை, அன்பு நிலவும். முகத்தில் சாந்தம் குடியிருக்கும்.

சத்துவ குணத்துக்குரிய உணவுகளைச் சாப்பிட்டுவந்தால், மனம் விரைவில் தியானத்தைத் தேடும். தியானமோ, வெகு விரைவிலேயே சித்திக்கும்.

தியானம் செய்வதற்கு, உடலும் மனதும் ஒத்துழைப்புத் தர வேண்டும். அதற்கு, நாம் உண்ணும் உணவு முறை மிகவும் முக்கியம். அதை மறந்து விடாதீர்கள்.

தியானம் செய்வதற்குமுன், தங்கள் உணவு முறைகளைப் பரிசோதித்துக் கொள்ளுங்கள். காரத்தை, அறவே தவிர்த்துவிடுங்கள்...

3
ஆன்மா

தன்னை முன்னிட்டே, இந்த உலகும் அனுபவங்களும் உள்ளன என்ற உண்மைப் பொருளை உணர்வதே, 'தன்னை அறிதல்' ஆகும்.

தன்னை முன்னிட்டே, தனக்கு இந்த உடல் என்ற உண்மை உணரப்பட வேண்டும். அப்போதுதான், தனக்கும் தனது உடலுக்கும் உள்ள உறவு புரியவரும்.

ஏன் என்றால், பிறப்பும் இறப்பும் நம் அறிவுக்குத் தெரிந்த எல்லைகள். பிறப்பையும் இறப்பையும், எந்த உயிரினமும் அறிவதில்லை.

காட்டில், ஒரு மானை புலி துரத்துகிறது. மான் பயந்து வெருண்டு ஓடுகிறது. அது, மரணத்தை எண்ணி ஓடுவது இல்லை.

அதுவே, மனிதனாக இருக்கும்பட்சத்தில், உயிர் போகும் சந்தர்ப்பம் வந்தால், அதற்குப் பணிந்து தலைவணங்க வேண்டும். மனிதன், மரணத்துக்குப் பயப்படக் கூடாது. அவனே மனிதன். மரணத்துக்குப் பயப்படுபவன், மனிதனே அல்ல. அதாவது, அவன் மனிதனாக இருந்தும் பக்குவப்படாதவன் ஆகிறான். பக்குவப்பட்டவன், மரணத் துக்கு அஞ்சமாட்டான். தன்னை அறிந்தவன் மட்டுமே பக்குவப்படு கிறான். தன்னை அறிந்தவன், மரணத்தைக் கண்டு அஞ்ச மாட்டான். தன்னை அறியாதவனே, மரணத்தைக் கண்டு அஞ்சுகிறான்.

'உடல் அழிந்தாலும் ஆன்மா அழியாதது' என்ற உண்மையை மனிதன் உணர வேண்டும். இதை உணர்ந்துவிட்டால், அவன் தன்னை அறிந்து விடுவான்.

பயங்களில் பெரிய பயம், மரண பயம். எப்படிப்பட்ட மனிதனும், மரணத்தைக் கண்டு அஞ்சுகிறான். மரணத்தைக் குறித்து ஆராய்பவன், அதன் மறை பொருளை உணர்கிறான். அந்த மறை பொருளை உணர்ந்தவன், மரணத்தைக் கண்டு அஞ்சுவதில்லை.

அவனே மரணத்தையும் வெல்கிறான். மரணத்தை வென்றவனே, தன்னை வென்றவன் ஆகிறான். இதுவே, தன்னை அறியும் மாபெரும் தத்துவம் ஆகும்.

அந்தப் 'பிரித்தறியும்' திறன் வந்துவிட்டால், தன்னைஅறியும் மார்க்கம் தெரிந்துவிடும்.

நான் யார்

'நான் யார்' என்ற கேள்வி மனத்தில் எழ வேண்டும். அதுவே, தன்னை அறிந்துகொள்ளும் சுய அறிவின் துவக்கம் ஆகும். ஒவ்வொரு மனிதனும், தான் யார் என்று தன்னை அறிய வேண்டும். தியானம், நம்மை நாமே அறிந்துகொள்ளும் ஒரு மார்க்கம்.

ஒவ்வொரு மனிதனுக்குள்ளும் ஓர் ஆன்மா இருக்கிறது. ஆன்மா என்ற வார்த்தை, அன்பிலிருந்து வந்தது. அன்பு என்ற ஈர உணர்ச்சியை, ஒவ்வொரு மனிதனும் அவசியம் உணர வேண்டும்.

தனது ஆத்மாவை உணர்ந்தவன், மகா ஆத்மாவாக ஆகிறான். ஒவ்வொரு ஆத்மாவும், மகா ஆத்மாவாக மாற வேண்டும். அதற்காகத்தான், இந்தத் தேகமும் மனமும், மனிதனுக்குத் தரப்பட்டுள்ளன. அதற்குத்தான், இந்த மனிதப் பிறவி.

ஒரு கிராமத்தில், மக்கள் வேலையில்லாமல் திண்டாடினார்கள். பக்கத்து நாட்டு அரசன், தனது நாட்டு மக்களுக்குச் சேவை செய்வதற்கு, பத்துப் பேர் கட்டாயம் தேவைப்படுவதாக ஓலை அனுப்பினான். அந்தக் கிராம நிர்வாகம், பத்து பேரைத் தேர்ந்து எடுத்து, பக்கத்து நாட்டுக்கு அனுப்பிவைத்தது. பத்துப் பேரும் மகிழ்ச்சியோடு கிளம்பினார்கள். வழியில் பெரிய ஆறு குறுக்கிட்டது.

ஆற்றைக் கடந்து செல்லும்போது, திடீரென்று காட்டாற்று வெள்ளம் வந்துவிட்டது. அவர்களைத் துவைத்து அலசித் தூர எறிந்தது. ஆளுக்கு ஒரு பக்கமாக இழுத்துச் செல்லப்பட்டார்கள். ஆயினும், வெள்ளத்தோடு போராடி, ஒவ்வொருவராக மீண்டு, மறுகரையில் போய் மயங்கி விழுந்தார்கள்.

எல்லோரும் நல்லவிதமாகக் கரை சேர்ந்துவிட்டோமா என்று எண்ணிப் பார்த்தான் ஒருவன். 'ஐயகோ, நம்மில் ஒருத்தன் ஆற்றோடு போய் விட்டானே' என்று தலையில் அடித்துக்கொண்டு அழுதான், அவன்.

அதைக் கேட்டு, மற்றவர்கள் அதிர்ச்சி அடைந்தார்கள்.

உடனே, ஒவ்வொருவரும் மற்றவர்களை எண்ணிப் பார்த்தார்கள். எல்லோருமே, 'ஓ'வென்று ஒப்பாரி வைத்து, அழ ஆரம்பித்துவிட்டார்கள். பிறகு, அனைவரும் ஒன்று சேர்ந்து, சோகத்தோடு அரசனைப் பார்க்கப் போனார்கள். அரசனிடம் போய்த் தலைகுனிந்து நின்றார்கள்.

'எத்தனை பணிவு. எவ்வளவு அடக்கம். இப்படிப்பட்டவர்கள்தான் நம் நாட்டுக்கு சேவை செய்யத் தேவை' என்று மகிழ்ந்தான் அரசன்.

'உடனே உங்கள் சேவைகளை ஆரம்பியுங்கள். இப்போதே உங்களுக்கு மிக நல்ல ஊதியங்களைத் தருகிறேன்' என்றுசொல்லி, நாணயப் பொட்டலங்களைத் தட்டில் வைத்து எடுத்து வந்தான்.

அவர்களது கண்கள் அகல விரிந்தன. சோகத்தையும் அப்போதே மறந்தார்கள். வாய் எல்லாம் பல்லாகச் சிரித்தார்கள். ஆளுக்கு ஒரு பொட்டலமாக எடுத்துக் கொடுத்தான் அரசன். தட்டில் மீதம் ஒரு பொட்டலம் இருந்தது.

அத்தனை பேரும் அதையே உற்றுப் பார்த்தார்கள். ஒருவரை ஒருவர் அர்த்தத்தோடு பார்த்துக்கொண்டார்கள். ஆற்றில் போனவன் பங்கு தானே. அதை ஏன் விட வேண்டும். அதையும் கேட்டு வாங்கி, நமக்குள் பங்கு போட்டுக்கொள்ளலாம் என்று ஒருவருக்கொருவர் கிசுகிசுத்துக் கொண்டார்கள்.

மூத்தவன் அரசனிடம் சொன்னான்.

'ஹி.. ஹி.. ஹி.. அரசே.. அது ஏன் மீதம்?'

'இது என் பங்கு. நானும் உங்களுடன் மக்கள் சேவை புரிய வரப் போகிறேன். எனக்கும் ஊக்கத்தொகை வேண்டாமா?' என்றான் அரசன்.

'ஹி.. ஹி.. உங்களுக்கு எதற்கு வீண் சிரமம். நீங்கள் பத்துப் பேர் கேட்டிருந்தீர்கள். பத்துப் பேர்தான் புறப்பட்டுவந்தோம். வழியில் ஒருவனை வெள்ளம் கொண்டுபோய்விட்டது. அவனது வேலையை யும் நாங்களே பார்த்துக்கொள்கிறோம். அதை, எங்களிடமே கொடுத்து விட்டு, நீங்கள் திரும்பிப்போங்கள்' என்றான்.

உடன் இருந்தவர்கள், தலையை ஆட்டி ஆட்டி ஆமோதித்தார்கள். அரசன், அதிர்ச்சி அடைந்தான்.

'ஐயோ. உங்களோடு வந்த ஒருவன் வெள்ளத்தோடு போய்விட்டானா? இதை ஏன் முதலிலேயே சொல்ல வில்லை?' என்று கர்ஜித்தான்.

வந்தவர்கள், 'திருதிரு'வென்று விழித்தார்கள்.

'நான், பத்துப் பேர்தானே கேட்டேன். நீங்கள், பதினோறு பேராக வந்தீர்களா? ஐயோ, அநியாயமாக ஒரு உயிரைப் பறிகொடுத்து விட்டீர்களே' என்று கொதித்தான்.

'அரசே, நாங்கள் பதினோறு பேராக வரவில்லை. நீங்கள் கேட்டபடி, பத்தே பத்துப் பேராகத்தான் புறப்பட்டோம். வழியில், ஒருவனை வெள்ளம் கொண்டுபோய்விட்டது. அதனால், ஒன்பது பேராகத்தான் வர முடிந்தது. வெள்ளத்தில் போனவரின் பங்கைத்தான் கேட்டோம்' என்று தலையைச் சொரிந்தான்.

திடுக்குற்ற அரசன், அவர்களது தலைகளை எண்ணினான்.

'பத்துப் பேர் சரியாகத்தானே இருக்கிறீர்கள்'

'இல்லை இல்லை, நாங்கள் ஒன்பது பேர்தான் இருக்கிறோம்'

குழம்பிப்போனான் அரசன். 'நீங்களே எண்ணிப் பார்த்துச் சொல்லுங்கள்' என்றான்.

மூத்தவன், கையை நீட்டி எண்ணிக்கொண்டே வந்தான். '... ஒன்பது' என்று சொல்லிவிட்டு நிறுத்திக்கொண்டான். தன்னைச் சேர்த்துக் கொள்ளவில்லை.

மற்றவர்களும், அவனைப்போலவே எண்ணிவிட்டு, 'ஒன்பதோடு' நின்றார்கள். யாருமே, தன்னைச் சேர்த்துக்கொண்டு எண்ணவில்லை.

'அட, மட சாம்பிராணிகளா. சேவை செய்ய வந்த மூஞ்சிகளைப் பாரு. தன்னை விட்டுவிட்டு மற்றவர்களை எண்ணுகிறீர்களே. உங்களில் ஒருவன்கூடப் புத்திசாலி இல்லையே. உங்களுக்குப் பணமுடிப்பு ஒரு கேடா? கொடுங்கடா அவற்றை' என்று வாளை உருவினான்.

அத்தனை பேரும், பண முடிப்புகளைப் போட்டுவிட்டு, திரும்பிப் பார்க்காமல் ஓடினார்கள். ஆற்றங்கரைக்கு வந்த பிறகுதான், மூச்சு வாங்கினார்கள்.

தன்னை அறியாவிட்டால், மனிதனாகப் பிறந்தும் அர்த்தம் இல்லை. தன்னை, உடலால் அறிவது அறிவல்ல. உள்ளத்தால் அறிய வேண்டும். அதுவே தன்னை அறிதலாகும்.

தன்னை அறிவதற்கே தியானம் தேவைப்படுகிறது. அதற்கு மனமே ஒரு கருவி.

அறிவியல் ஆய்வுகள் வருவதற்கு முன், மனத்தை ஆன்மிகத்தை வைத்தே ஆராய்ந்தார்கள். அறிவியல் தோன்றிய பிறகு, மனத்தை 'உளவியல்' துறைக்கு மாற்றினார்கள்.

எண்ணங்களின் மாறுபாடுகளை இனம் பிரித்து பெயரிட்டு நோய்களாக்கினார்கள். தர்க்க அறிவு, நினைவு, மறப்பு, பயம் களிப்பு, பகுத்தறிவு என்ற பார்வையில், ஆள் ஆளுக்கு மனத்தைக் கூறுபோட்டுக்கொண்டு ஆராய்ந்தார்கள்.

எல்லாவற்றையும், இதுதான் மனத்தின் இயல்பு என்று பட்டியலிட்டு நிறுத்திக்கொண்டார்கள். பிறகு, அந்தப் பட்டியலைப் பின்பற்றியே, ஆய்வுகளை மேற்கொண்டு வருகிறார்கள். அதற்கு மேல் அவர்களால் போகமுடியவில்லை.

காரணம், பகுத்தறிவுவாதிகளுக்குத் தியானத்தில் நம்பிக்கை இல்லை. அவர்கள், தியானத்தில் அமரமாட்டார்கள். உலகத்தில், வாழத்தக்கவாறு உடலை அறிந்தால் போதும் என்ற கொள்கை உடையவர்கள் அவர்கள். அதற்கேற்றவாறு, உள்ளத்தை அறிந்தால் மட்டும் போதும் என்பவர்கள் அவர்கள். நடைமுறை உலகுதான் அவர்களுக்கு முக்கியம்.

இந்த நடைமுறை உலகுக்குக்கான காரணம்தான் நமக்கு முக்கியம்.

வாழ்க்கையில் அறம், பொருள், இன்பம், வீடு என்ற நான்கு பிரிவுகள் உள்ளன. நன்னெறிகளைக் கடைப்பிடித்து, பாடுபட்டுப் பொருள் ஈட்டி, இன்பமாக வாழ வேண்டும். பிறகு, அவற்றைத் துறந்துவிட்டு இறைவனோடு ஐக்கியமாகும் வழியைத் தேட வேண்டும். இவற்றைச் சரியாக வழிநடத்திச் செல்ல, நம்மிடம் ஒரு ஒழுங்குமுறை இருத்தல் வேண்டும். அந்த ஒழுங்குமுறையை நமக்குத் தருவதே தியானம் ஆகும்.

நாளையப்பொழுது என்று ஒன்று இருக்கிறது. அது நன்றாக இருக்க வேண்டும் என்பதில் நமக்கு மிகுந்த விருப்பம் உண்டு.

இந்த வாழ்க்கை நம்முடையது. இதில் வரும் அத்தனைச் சம்பவங்களுக்கும் நாமே பொறுப்பு. நம்மை நாமே கவனிக்கும்பொழுதுதான் இந்த உண்மை புரியும். எல்லாவற்றுக்கும் எண்ணங்களே மூலமாக இருக்கிறது. நமது எண்ண ஓட்டங்களைக் கவனித்துக்கொண்டே இருந்தால், அது காரணத்துக்கு நம்மை அழைத்துச்செல்லும். காரணமே, அனைத்துக்கும் தீர்வு தருவதாக இருக்கிறது.

இதற்கு உதவியாக இருப்பதே தியானம். தியானம் பழகுவதே, நம்மை நம்முடன் ஒன்றுபடுத்தி, நம்முடைய நிறைகுறைகளைச் சீர்தூக்கிப் பார்த்து, நம்மை வழிநடத்தும் மனப்பயிற்சியாகும்.

4

மனித மூளை

மனித மூளை, ஒரு அற்புதமான படைப்பு. பலவித மடிப்புகளால் ஆன மூளை, நரம்பு மண்டலத்தின் பிரதான அலுவலகம் ஆகும்.

நாம் அறிந்து செய்யும் காரியங்கள், நம்மை அறியாமல் நிகழும் காரியங்கள் (இதயத் துடிப்பு, சுவாசம், ஜீரணம், உறக்கம்...) - இரண்டையுமே கண்காணித்துவருகிறது மூளை. மூளை நரம்புகளில் உள்ள கோடானுகோடி அணுக்களில், அத்தனை எண்ணங்களும் அடக்கம். நம் உடலின் வலது பகுதிகளை, மூளையின் இடது பாகம் இயக்குகிறது. உடலின் இடது பகுதிகளை, மூளையின் வலது பாகம் இயக்குகிறது.

கிராமங்களில் ஒரு வழக்கம் இருக்கிறது. அங்கெல்லாம், திறந்த வெளியில் காற்றோட்டமாகப் படுப்பார்கள். அறுவடைக் காலங்ளில், களத்துமேட்டிலேயே படுக்கும் வழக்கம் இருந்தது. அதிகாலையில் எழுந்து வேலைகளைப் பார்ப்பதற்கு வசதியாக இருக்கும்.

வீட்டிலேயே படுத்துப் பழக்கப்பட்ட விவசாயிகளுக்கு, அறுவடைக் காலங்களில் களத்துமேட்டில் படுக்கும்போது தூக்கம் வராது.

அதுபோன்ற நேரங்களில், தூக்கம் வரவில்லை என்றால், வானத்தில் உள்ள நட்சத்திரங்களை எண்ணச் சொல்வார்கள். கோடி கோடியாகச் சிதறிக் கிடக்கும் நட்சத்திரங்களை எப்படி எண்ண முடியும். அதனால், எண்ண ஆரம்பித்த உடனேயே, அந்த மலைப்பிலேயே தூக்கம் வந்து விடுமாம்.

நமது மூளையிலும், 300 பில்லியன் அதாவது, 30 ஆயிரம் கோடி அணுக்கள் இருப்பதாகக் கூறுகிறார்கள்.

இந்த இரண்டுக்கும் உள்ள ஒற்றுமையைக் குறித்து விஞ்ஞானிகளே வியக்கிறார்கள். 'பிரபஞ்ச அறிவு' என்று கூறும் வார்த்தைகள், நமது மூளையைப் பிரதிபலிப்பதாக உள்ளன. மூளையின் ஒவ்வொரு பகுதியும் தனித்தன்மையோடு இயங்கிக்கொண்டிருப்பதாகக் கூறுவது மிகவும் வியப்புக்குரிய செய்தி.

புலன்கள், மூளையில் பதிவு செய்யப்பட்டு, நரம்புகளின் வழியாகத் தசைநார்களுக்கு மின்னோட்டம் வழங்கிச் செயல்பட வைக்கின்றன.

மூளையின் மாற்றங்களே, மனத்தின் மாற்றங்களாகின்றன. மனத்தின் மாற்றங்களே, உடலின் மாற்றங்களாகின்றன. மூளையில் பலத்த அடி பட்டால் மனம் மாறிவிடுகிறது. மனநோய்களுக்கும் மூளையே காரணமாக இருக்கிறது. போதை வஸ்த்துகள், மூளையைப் பாதிக்கச் செய்து மனத்தைக் கெடுக்கின்றன.

மூளையானது, மனம், சித்தம், புத்தி, அஹங்காரம் ஆகியவற்றால் ஆளப் படுகிறது. இது, நமது இந்திய ஞானிகள் அறிந்து சொன்ன உண்மை.

புத்தியின் துணை கொண்டே, மனமானது தகவல்களை அறிகிறது. மூளையில், நாம் பிறந்தது முதல் எல்லாவிதமான அனுபவங்களும் பதிவாகிக்கொண்டு வருகின்றன. சித்தம் என்பது சிந்திக்கும் பணியைச் செய்கிறது.

இம்மூன்றும், அஹங்காரம் ஆகிய 'நான், எனது' என்ற சுய உணர்வு களை முன்னிட்டே செயல்படுகின்றன.

மூளையின் அலைகள்

நமது மூளை, எப்போதும் வேலை செய்துகொண்டே இருக்கிறது என்பதை உடலியல் விஞ்ஞானிகள் கண்டறிந்தார்கள். அதை, நான்காகவும் வகைப்படுத்தி இருக்கின்றனர்.

அவை, 1. பீட்டா, 2. ஆல்ஃபா, 3. தீட்டா, 4. டெல்ட்டா.

1. பீட்டா - நம்முடைய வேகமான செயல்களின்போது, முளையின் செயல் வேகத்தின் பெயர் (ஓடுதல், ஆடுதல், சத்தம்போட்டுப் பேசுதல் போன்றவை)
2. ஆல்ஃபா - அதே காரியங்களை, நாம் நிதானமாகச் செய்யும்போது, மூளையின் செயல் வேகம் பாதியாகக் குறைந்துவிட்ட நிலையில் பெயர்.
3. தீட்டா - அதே காரியங்களை, இன்னும் நிதானமாகச் செய்யும்போது, வேகம் அதிலும் பாதியாகக் குறைகிறது.
4. டெல்ட்டா - அதிலும் பாதியாகக் குறைந்து, இறுதி நிலையில் ஓய்ந்துபோயிருக்கும் நிலை. அதாவது, சமாதி நிலை.

'பீட்டா'வை, தியான முயற்சிகள் அற்ற நிலை எனலாம். எதையுமே யோசிக்காமல் உடனுக்குடன் செய்வது.

'ஆல்ஃபா'வை, தியானம் புரியும் மனோநிலை எனலாம்.

'தீட்டா'வை, ஆழ்நிலைத் தியான நிலை எனலாம்.

'டெல்ட்டா'வை, இறைவனோடு இரண்டறக் கலந்துவிடும் மோன நிலை எனலாம்.

ஆல்ஃபா நிலையும் தியானமும்

நாம், நடைமுறை வாழ்வில் இருப்பவர்கள். நமக்கு என்று குடும்பம், வேலை, லட்சியம் என்ற உலகியல் சார்ந்த கடமைகள் உண்டு.

உலக வாழ்வைச் சிறப்புடன் கடந்த பிறகே, இறை நிலைக்குச் செல்ல வேண்டும்.இதனையே அறம், பொருள்,இன்பம் என மூன்று நிலை களாக வகுத்த வள்ளுவர், இறுதியில் வீடு என்ற முக்தி நிலையைப் பற்றிக் கூறுகிறார்.

இவற்றில், 'ஆல்ஃபா நிலை' மட்டுமே உறக்கத்துக்கும், விழிப்புக்கும் இடைப்பட்ட உயர்ந்த நிலை. இதுவே, ஆக்கச் சக்திமிக்க நிலை. இதை, 'அரிதுயில்' நிலை என்று கூறுவார்கள். அதாவது, தியானம் செய்தவர்களின் மூளையின் செயல் வேகத்தை ஆராய்ந்த அறிவிய லாளர்கள், 'ஆல்ஃபா மைண்ட்' என்று கூறினார்கள்.

நமது ஆழ் மனது விழிப்படையும் அபூர்வமான நிலைதான் தியான நிலை. இதில்தான், மனிதன் தன்னை அறிந்து இன்புறும் உயர் நிலையை அடைகிறான்.

தியானத்தின்போது, நமது மூளையின் செயல் வேகம் 'ஆல்ஃபா' நிலையில் இருக்கிறது.

பயம், துக்கம், அதிர்ச்சி போன்ற நிலைகளில், கண்களை மூடி பேசாமல் அமர்ந்தால், மூளையின் வேகம் ஆல்ஃபாவுக்கு மாறி நம்மைப் பாதித்த பயம், துக்கம், அதிர்ச்சிகளைப் போக்கிவிடும்.

அதுமட்டும் அல்ல, நம்மைப் பாதித்த உணர்ச்சிகளுக்கு மாறாக சந்தோஷமான அனுபவத்தையும் கொடுக்கும். நம்முடைய பலவீனங்கள் யாவும் பலமாக மாறும். வாழ்க்கையில் விரக்தி அடைந்தவர்கள், புத்துணர்ச்சி பெற்று நம்பிக்கையோடு வெளிவருவார்கள். தனது திறமைகள் வெளிப்படும். தனது சக்தி, தனக்கே தெரியவரும். நோய் எதிர்ப்புச் சக்தி அதிகரிக்கும். இதனால், உடல் மற்றும் மனம் சார்ந்த நோய்கள் குணமாகின்றன. ஆண், பெண் யாவரும், ஜாதி மத பேதம் இல்லாமல் அனுபவிக்கும் உயர் நிலை இது.

மொத்தத்தில், மனிதனாகப் பிறந்தவன், தியானத்தில் அமர்ந்தால், அவன் தன்னை அறிந்து, தனது குறைகளை வென்று, நிறைகளை அடைந்து, நீடு வாழ முடிகிறது.

இதையே, மூளையின் 'ஆல்ஃபா அலைகளின் நிலைப்பாடு' என்று விளக்கம் என்று அறிவியல் அறிஞர்கள் குறிப்பிட்டார்கள்.

5
தியானத்தின் தோற்றுவாய்

தியானம் எப்போது தோன்றியிருக்க முடியும்?

ஆதி மனிதன், மிருகத்தனத்தோடு வாழ்ந்துகொண்டிருந்தான். மிருகங்களை வேட்டையாட, ஆயுதங்களைக் கண்டுபிடித்தபோது, முதல் மனித நாகரிகம் தோன்றியது என்கின்றனர் வரலாற்று அறிஞர்கள்.

யோசிக்காமல் வாழ்ந்த காலகட்டம் ஒன்று இருந்தது. அடுத்து, யோசிக்கத் துவங்கிய காலகட்டம் வந்தது. தியானத்தின் தோற்றுவாய், அதுவாகத்தான் இருக்க முடியும்.

மனம் ஒரு நாணயம் போன்றது. ஒரு பக்கம் சிந்தனை ஓட்டம். அதன் மறுபக்கத்தைப் பார்த்தால், சிந்தனைகளைத் துறந்த நிலை. சிந்தனை அற்ற நிலையில், மனத்தில் ஒரு புதிய கதவு திறக்கப்படுகிறது.

ஒவ்வொரு வினைகளுக்கும் ஒரு எதிர்வினை உண்டு என்பது தத்துவம். தோற்றம் இருந்தால், மறைவு உண்டு. சிந்தனை இருந்தால், சிந்தனை அற்றநிலை ஒன்றும் உண்டு.

பச்சை மாமிசங்களை உண்டுகொண்டிருந்தவன், நெருப்பின் உபயோகத்தை முதன்முதலாகக் கண்டுபிடித்தான். கல்லையும் கல்லையும் தீட்டி, அதில் உண்டான தீப்பொறிகளைக் கண்டபோது, அவனுக்குள் ஒரு சிந்தனைப் பொறி கிளம்பியது.

புறத்தே, கற்களால் உண்டாக்கிய நெருப்புப் பொறியால், சருகுகள் கொஞ்சம் கொஞ்சமாகப் பற்றிக்கொள்ள ஆரம்பித்தன. நெருப்பு, சுதந்தரமாக வெளிப்படும்வரை, புகை எழும்பி தடைகளை உண்டாக்கியது.

நெருப்புப் பொறியானது, அவனது மனத்திலும் சிந்தனைப் பொறியைத் தூண்டுவித்தது. சிந்தனை தோன்றியபோது, குழப்பம் என்ற புகை எழுந்தது. சிந்தனை தெளிந்தபோது, குழப்பமும் தீர்ந்தது.

சிந்தனையின் அருமைகளை உணர்ந்தபோது, சிந்தனை அற்ற நிலையைப் பற்றி உணர்ந்தான். சிந்தனையைக் கொண்டே, சிந்தனை அற்ற

ஒரு நிலைய அறிந்தான். அதுவே, தியானம் ஆயிற்று. ஒன்றிலிருந்து தான் ஒன்று வருகிறது. ஒன்றை ஒன்று சார்ந்திருக்கும் உலக நியதியே அதற்குக் காரணம் ஆகும்.

உயிரினங்களும் தியானமும்

தியானம் என்பது மனிதர்களுக்கு மட்டுமே கைவரப்பெற்ற கலை. சிந்திக்கத் தெரிந்த மனிதன், உலகைப் புரிந்துகொள்ள முடியாமல் தவிக்கும்போது, அவன் தியானத்தில் அமர்ந்தால், அவனுக்குப் பதிலும் வழியும் தெரிகின்றன.

ஒவ்வொருவருக்கும் ஒருவிதமான பிரச்னை. நெருக்கடிகள் சூழும் போது, அதிலிருந்து தப்பிக்கப் பார்க்கிறோம். முடிவதில்லை. காரணம், நாம் நமக்கு நேரிட்ட நெருக்கடிகளை ஏற்றுக்கொள்ளத் தயாரில்லை.

நமக்கு வரக்கூடிய இன்பங்களைப் பாய்ந்து சென்று வரவேற்கிறோம். துன்பங்களைக் கண்டு பயந்து ஓடுகிறோம். நமக்குநாமே இப்படி முரண்பாடாக நடந்துகொள்கிறோம்.

இந்த முரண்பாடுகளைக் களைந்து, நம்மை நாம் புரிந்துகொள்ள வைப்பதற்கு தியானமே உதவுகிறது.

அப்படிப் புரிந்துகொள்ள விரும்புபவனே, தியானத்தில் வந்து அமர்கிறான். அவனுக்கே தியானம் சித்திக்கிறது.

'தட்டுங்கள் திறக்கப்படும். கேளுங்கள் தரப்படும்' என்றார், இயேசு கிறிஸ்து.

வாழ்க்கைப் பிரச்னைகளிலிருந்து தீர்வைத் தேடுபவனுக்கு, நிச்சயமாகத் தீர்வு கிடைக்கிறது.

ஒரு பழமொழி சொல்வார்கள். 'அழுத பிள்ளைதான் பால் குடிக்கும்'.

அதுபோல், தேடுதல் உள்ளவனுக்கே விடையும் கிடைக்கும். 'தியானம் என்ற தேடுதலே', மனிதனுக்கு இறைவன் கொடுத்துள்ள மாபெரும் பொக்கிஷம்.

அதன் அருமையைத் தெரிந்துகொண்டவன், அதைப் பற்றிக்கொள் கிறான். அதனுள் பயணத்தைத் தொடர்கிறான். பேரின்பத்தை ஒருநாள் எட்டிப் பிடிக்கிறான்.

தியானத்தைப் பொருட்படுத்தாதவன், கடைசிவரை துன்புறுகிறான்.

பிரபஞ்சத் தியானம்

இந்தப் பிரபஞ்சமே, தியானத்தின் இன்னொரு வடிவம். பிரபஞ்சம், ஒலி மற்றும் ஒளி வடிவமாக இருக்கிறது. அதனால்தான், 'ஓசை

ஒளியெல்லாம் ஆனாய் நீயே' என்று திருநாவுக்கரசர் பாடினார். ஓசை என்பது அதிர்வு. அதிர்வு என்பது நம் கண்ணுக்குத் தெரியாத ஆற்றல்.

நியூட்டனின் விதிப்படி, உலகில் உள்ள ஒவ்வொன்றும் ஒன்றை ஒன்று கவர்ந்த வண்ணமே இருக்கின்றன என்ற உண்மை, உலகம் தோன்றிய காலத்திலிருந்தே இருப்பது. இதிலும் இன்றுவரை மாற்றம் இல்லை.

பிரபஞ்சம் முழுவதும் ஓங்காரத்தில் அதிர்ந்துகொண்டே இருக்கிறது. அதுவே, இயற்கையை ஓர் ஒழுங்குமுறையில் செயல்பட வைத்திருக்கிறது.

தினமும், குறிப்பிட்ட நேரத்துக்குச் சூரியன் உதிக்கிறது. குறிப்பிட்ட நேரத்துக்கு மறைகிறது. சந்திரன், பதினைந்து நாள்களில் முழு நிலவாகவும், பதினைந்து நாள்களில் அமாவாசையாகவும் இருக்கிறது.

சூரியனை, நீள் வட்டப் பாதையில் பூமி, சந்திரன், செவ்வாய், புதன், வியாழன், சுக்கிரன், சனி, யுரேனஸ், நெப்டியூன் ஆகிய கிரகங்கள், எப்போதும் ஒரே வேகத்தில், மாறாமல் நிலையாகச் சுற்றிக்கொண்டு இருக்கின்றன.

வெய்யில் காலம், காற்றடிக் காலம், மழைக் காலம், பனிக் காலம் என்று பருவங்கள் மாறி மாறி வருகின்றன. ஓரறிவு முதல் ஆறறிவு வரை உள்ள எல்லா உயிரினங்களும், காலம் காலமாக அச்சுப் பிறழாமல், அந்தந்த இனங்களாகவே தோன்றி மறைந்து வருகின்றன.

உணவு தானியங்கள், காய் கனிகள் யாவும், என்றைக்கும் அதனதன் சுவையில், அப்படியே நிலைத்து நிற்கின்றன. கரு உருவாகி குழந்தை யாகப் பிறப்பதற்குப் பத்து மாதங்கள். - இவை எல்லாமே, தியானத்தின் அடையாளங்களே.

தியானம் என்பது, அசையாமல் ஓரிடத்தில் அமைதியாக உட்காருவது. அப்படி உட்காரும்போது, முதலில் நமது சுவாசம் ஒழுங்குபடுகிறது. உடலின் ஒவ்வொரு பாகங்களும், சீராகச் செயல்படுகின்றன. ரத்த ஓட்டம் சீரடைகிறது. எண்ணங்கள் தெளிவாகின்றன. மொத்தத்தில், எல்லாமே ஒரு கட்டுக்குள் வந்துவிடுகின்றன.

பிரபஞ்சமும், ஒரே கட்டமைப்பில் இருந்துகொண்டிருப்பதால், அதுவும் தியான நிலையிலேயே இருக்கிறது.

14 கோடியே 88 லட்சம் கிலோ மீட்டர் தொலைவில்உள்ள சூரியனிடமிருந்து, பூமிக்கு அதன் ஒளி வந்து சேர, எட்டு நிமிடங்கள் ஆகிறது. இதில், எந்தக் காலத்திலும் மாற்றம் இல்லை.

பூமி, தன்னைத்தானே சுற்றிக்கொண்டு சூரியனைச் சுற்றிவர 365.25 நாள்கள் ஆகிறது. அதிலும் மாற்றம் இல்லை.

ஒவ்வொரு ஆண்டும், ஜனவரி மாதம் 3-ம் தேதி, நமது பூமியானது சூரியனுக்கு அருகில் செல்கிறது. இதிலும் மாற்றம் இல்லை.

சந்திரனோ, தன்னைத்தானே சுற்றிக்கொண்டு பூமியையும் சுற்றி வருகிறது. தன்னைச்தானே சுற்றி முடிப்பதற்குள், பூமியையும் சுற்றி வந்துவிடுவது ஓர் அதிசயம். இதிலும் மாற்றம் இல்லை.

கடல், எப்போதும் கரையோடு அலைகளால் உறவாடிக்கொண்டே காலத்தை கடத்திக்கொண்டிருக்கிறது. இதிலும் மாற்றம் இல்லை.

நம்முடைய சராசரி உடலியலை ஆராய்ந்து பாாத்தாலும், அதிலும் ஒரு ஒழுங்குமுறை தெரியும்.

நிமிடத்துக்கு 15 முதல் 20 வரை, எல்லோருமே ஒரே மாதிரியாகச் சுவாசிக்கிறோம். இதயம், நிமிடத்துக்கு 72 தடவை துடிக்கிறது.

இவற்றின் ஒழுங்குமுறைகளைப் பார்த்தால், தியானத்தின் ஒழுங்கு முறையோடு நெருங்கி வருகிறது.

எனவே, தியானம் என்பது ஒரு 'ஒழுங்குமுறை' ஆகும்.

மனத்தை ஒருமுகப்படுத்தும்போது, அங்கே ஒரு ஒழுங்குமுறை தானாகவே நடைமுறைக்கு வந்துவிடுகிறது.

ஒழுங்குமுறைப் பயிற்சி தொடரும்போது, முடிவில் மிகப் பெரிய நன்மை ஒன்று பிறக்கிறது.

6
பிரபஞ்சமும், தியானமும்

மிருகமாகத் திரிந்தவன் மனிதனானான். மனிதனாக வாழ்ந்தவன் இறைவன் ஆனான். இதுவே, இயற்கை இயல்பின் பரிணாம வளர்ச்சி.

விலங்காக வாழ்ந்தவன், மனிதனாக மாறுவதற்குச் சிந்தனை உதவியது. மனிதன், இறைவனாக மாறுவதற்கும், அதே சிந்தனைதான் உதவியது.

மனிதனை முழுமையாக்கிய பிறகு, அவனிடமிருந்து தன்னை விலக்கிக் கொண்டுவிடுகிறது சிந்தனை.

இதை எல்லாம், முறையாகச் செய்வது எது? இதற்கு அப்பால் இருந்து ஏதோ ஒன்று இதைச் செய்கிறது.

அது எது? அதுவே, பிரபஞ்ச அறிவு.

பிரபஞ்சத்துக்கும், மனிதனுக்கும், நேர்முகமானத் தொடர்பு உண்டு.

மனிதனுக்கு, இப்பூவுலகில் பிறவி கொடுத்து, மனிதனை அனுப வங்கள் மூலமாகப் பக்குவப்படுத்தி, அதன்மூலம் அவன் தன்னையே அறியச் செய்கிறது. தன்னை அறியும்போது, தன்னை வழி நடத்தும், தனக்கு அப்பாற்பட்ட மூல சக்தியை அவன் உணரவைக்கிறது.

அந்த ஆதி மூலச் சக்தியாகிய பிரபஞ்ச அறிவு, அவனைத் தன்னுடன் ஐக்கியப்படுத்தி, பிறவாப் பெருநிலையில் வைத்துக்கொள்கிறது.

பிரபஞ்ச அறிவை, கடவுள் என்று மதங்கள் கூறுகின்றன. இயற்கை என்று விஞ்ஞானிகள் கூறுகிறார்கள்.

அது எதுவோ. மனிதனுக்கு அப்பாற்பட்ட அந்தச் சக்தியே, மனிதனை வழி நடத்துகிறது. சந்தேகமே இல்லை.

யாரும் தன்னை அறிந்துகொண்டு, தனக்குப் பிறப்பு தருவதில்லை. ஆனால், பிறந்துவிடுகிறார்கள். காரணம் இல்லாமல் யாரும் பிறப்ப தில்லை.

காரணங்களை, 'முன்வினைகள்' என்று வேதங்கள் கூறுகின்றன.

வினைகள் என்பது, மனிதனது ஆசாபாசக் காரியங்களும், அவற்றின் பலன்களும் ஆகும். அதாவது, அனுபவித்தாக வேண்டிய 'கர்மாக்கள்' அவை.

'எத்தனை, எத்தனை அப்பனோ...
எத்தனை, எத்தனை அன்னையோ...
எத்தனை, எத்தனைப் பிறவியோ...
எத்தனை, எத்தனை ஜென்மமோ...'

என்று புலம்புகிறார் பட்டினத்தார்.

பஞ்சபூதங்களின் சேர்க்கையால் வந்தது இந்த உடல். இளமையில், ஆடிப்பாடி, ஓடி விளையாடி, உண்டு களித்த உடல், ஒருநாள் தலை நரைத்து, தோல் சுருங்கி, நாடி நரம்புகள் யாவும் தளர்ந்து, தள்ளாடிப் போய் தரையில் விழுந்து புரண்டு, மண்ணோடு மண்ணாவிடுகிறது. உடலை விட்டு உயிர்போன பிறகு, உடலுக்கு மரியாதை இல்லை. உடலுக்கு உண்டான கடன்கள் தீரும்வரை, உயிர் உடன் இருக்கிறது.

அந்தக் கடமைகள் முடிந்துபோய்விட்டால், அந்தக் கணமே உடலை விட்டு உயிரானது விடைபெற்றுக்கொண்டு விடுகிறது.

'யாருக்கு எப்போது விதி முடியும் என்று சொல்லமுடியாது' என்று சொல்வார்கள். விதி முடிவதில்லை. 'வந்த வேலை முடிந்துவிட்டது' என்பதுதான் உண்மைப் பொருள்.

இறைவன் நிலை

இறைவன் ஒலியாகவும், ஒளியாகவும் கலந்து இருக்கிறான். மனிதனுக்குள் உள்ள இறையாற்றலையே, 'நாதமும் விந்து'மாக இருப்பதாகக் கூறினார்கள்.

'பார்க்கும் இடம் எல்லாம் நீக்கமற நிறைந்திருக்கும் பரிபூர்ண ஆனந்தமே...' என்று, இறைவனை வர்ணிக்கிறார், தாயுமானவர்.

'நாத விந்துக் கலாதீ நமோ நம...' என்றார், அருணகிரிநாதர்.

பிரபஞ்ச ஆற்றலே, மனித மூளையை ஒரு கருவியாகக் கொண்டு தனது ஆற்றலை வெளிப்படுத்துகிறது. மனத்தின் வெளிப்பாடுதான் இந்த உடல். அதாவது, நமது முன்வினைகளுக்கு ஏற்ப, உடலை நாம் அனுபவிக்கும் பொருட்டு, நமது மனமே நமக்காக உடலைத் தயாரிக்கிறது.

இறைவன், அவரவர் வினைகளுக்கு ஏற்ப, உடலை அவர் அவர்க்கென்று பிரத்யேகமாக உருவாக்கி, உலகுக்கு அனுப்பி வைக்கிறான்.

இப்பூமியில் பிறக்கும் மனிதன், தன்னைக் குறித்து சிந்தித்துப் பார்க்க வேண்டும். அதற்கென்றே அவனுக்கு மூளை படைக்கப்பட்டிருக் கிறது. பிரபஞ்ச ஒளியாகிய இறைச் சக்தி, தன்னை உணர்வோரைத் தனதுமயமாக்குகிறது. தனி மனிதன் தியானத்தில் அமரும்போது, அவனைக் கவர்ந்து தன்மயமாக்கி, அவனைப் பக்குவப்படுத்தி, அவனை அவன் அனுபவிக்க வேண்டிய இன்ப துன்பங்களில் இருந்து விலக்கிவைக்கிறது. மனிதனுக்கு அத்தியாவசியமாக உள்ள இன்பங ்களையும் தேவைகளையும் வழங்கி, அவனுக்குக் கூடாத விஷயங் களை, அவனைவிட்டுத் தள்ளிவைக்கிறது.

அது, நமக்கு உதவுவதற்கு எப்போதும் காத்துக்கொண்டே இருக்கிறது.

தொலைக்காட்சி ஒலி/ஒளிபரப்புகளின் அலைகள், வான வெளியில் நிறைந்திருக்கின்றன. நாம் குறிப்பிட்ட சேனலை முடுக்கும்போது, நம் நேரடிப் பார்வைக்குக் கிடைக்கிறது. நாம் தியானத்தில் அமர்ந்தால், இயற்கையும் அவ்வண்ணமே நமக்கு உதவிடக் காத்திருக்கிறது.

அதாவது, இறைவன் நமக்கு உதவுவதற்காக எப்போதும் காத்துக் கொண்டிருக்கிறான். நாம்தான், இறைவனை அறியாமல் இருக்கிறோம்.

விஞ்ஞானமும் தியானமும்

விஞ்ஞானிகள், தியானத்தைப்பற்றித் தனிப்பட்ட முறையில் சொல்ல வில்லை. அவர்கள், மூளையை மட்டுமே ஆராய்கிறார்கள். மூளையின் அலைகளைக் கணக்கிட்டு, எண்ணங்களைச் சொன்னார்கள். அவர்கள், மூளையின் அமைப்பு, செயல் திறன், அத்தனையும் பற்றி புள்ளிவிவர மாகச் சொன்னார்கள். உள்ளதை உள்ளபடிச் சொன்னார்கள்.

தியானத்தில் அமர்ந்திருக்கும்போது ஏற்படும் 'ஆல்ஃபா அலை'களைப் பற்றியும் சொன்னார்கள். ஆனால், தியானத்தை மட்டும் அவர்கள் வலி யுறுத்தவில்லை. அதாவது, அதைப்பற்றிக் கண்டுகொள்ளவே இல்லை.

நம் சித்தர்களும், ஞானிகளும், ரிஷிகளும், மூளையைப் பற்றி அறியாம லேயே, ஆராயாமலேயே, அண்டம் முழுவதையும் சுற்றிவந்தார்கள்.

விஞ்ஞானிகள், பகுத்தறிவால் ஆராய்ந்து கண்டுபிடித்த விமானம், கப்பல் போன்ற கண்டுபிடிப்புகளை எல்லாம், ஆன்ம பலத்தாலேயே, ஆயிரம் ஆண்டுகளுக்கு முன்னதாக அனுபவித்து முடித்தவர்கள், நம் சித்தர்கள்.

ஆயினும், தியானத்தை ஒப்புக்கொள்ளாத அந்த விஞ்ஞானிகளும்கூட, அவர்களையும் அறியாமலேயே தியானத்திலே ஈடுபட்டிருக்கிறார்கள்.

ஆராய்ச்சிகளில் மூழ்கி இருக்கும்போது, அவர்களது மனநிலை ஒருவகைத் தியான அனுபவத்தில்தான் இருக்கிறது.

தியானத்தில் ஈடுபட்டிருப்பவர்களுக்குச் சுற்றி எது நடந்தாலும் தெரியாது. எந்தவிதமான சத்தத்தையும் பொருட்படுத்தமாட்டார்கள். அதுபோலவே, ஆழ்ந்த கண்டுபிடிப்பில் ஈடுபட்டிருக்கும் விஞ்ஞானிகளுக்கும், சுற்றி என்ன நடக்கிறது என்பதே தெரியாது.

தியானத்தில் தன்னை மறந்தவர்கள் இருக்கிறார்கள். விஞ்ஞான ஆய்விலும் தன்னை மறந்தவர்கள் இருக்கிறார்கள்.

பொதுவாகவே எல்லோருக்குமே கழிவறை மற்றும் குளியல் அறையில் இருக்கும்போது, மிகத்தெளிந்த மனநிலை ஏற்படுவது இயல்பு. காரணம், அங்குதான் அவர்கள் தங்களது அந்தரங்கத்தை அறிகிறார்கள். நிர்வாணமே, ஒரு மனிதனை அவனுடன் மட்டும் ஐக்கியப்படுத்திக் காட்டும். அவனுக்குள் இருக்கும் அடைப்புகளை எல்லாம் திறக்கும். குளியல் அறைக்குள் சென்று கதவைத் தாழிட்டுக்கொள்ளும்போது, நமக்குள்ளே நாம் சுதந்தரத்தை அனுபவிக்கிறோம். ஆடைகளைக் களைவதன் மூலம் ஆன்மாவைத் திறக்கிறோம். ஏகாந்தமான ஒரு பரவசத்தை உணருகிறோம். அது எப்படி நிகழ்கிறது...? அது ஒரு தியானம்தான்.

அவன், அவனுக்குள் இருப்பதை உணர்ந்துவிடுகிறான். அதுவே, வெளியிலும் இருப்பதைக் கண்டுவிடுகிறான். அதனால், தன்னையும் தனக்குரிய உலகையும் துறந்துவிடுகிறான். அதற்கு உவமானமாக, தனது ஆடைகளை நீக்கிவிடுகிறான். அவன் தனது நிர்வாணத்தை, நிர்வாணம் என்று குற்றம் காணாத மனோநிலைக்கு ஆளாகிவிடுகிறான்.

அதை உணராதவர்களுக்கே, அது நிர்வாணம், ஆபாசம்.

அவனைப் பொறுத்தவரை, அந்த நிலையில், அவனும் ஆடு, மாடு, நாயைப்போலத்தான். அவை, தமது நிர்வாணத்தை உணருவதில்லை. நிர்வாணமே, பெருந்தியானத்துக்குச் சமம்.

விஞ்ஞானி ஆர்க்கிமிடிஸ், எப்போதும் ஆராய்ச்சியிலேயே இருந்தார். அவர், ஒருநாள் குளித்துக்கொண்டிருந்தார். அந்த சமயம், அவரது ஆராய்ச்சிக்கு உரிய பதில் கிடைத்தது. உடனே, அதை உலகுக்கு அறிவிக்க வேண்டும் என்று ஆவலில், அப்படியே நிர்வாணத்தோடு சத்தம்போட்டு தனது கண்டுபிடிப்பைப் பற்றி சொல்லிக்கொண்டே, குளியல் அறையை விட்டுத் தெருவுக்கு ஓடிவந்தார்.

எல்லோரும் அவரைப் பார்த்து மிரண்டுபோனார்கள். பைத்தியம் பிடித்துவிட்டது என்று கூறினார்கள். பிறகுதான், அவரது கண்டு பிடிப்பின் உண்மை உலகுக்குத் தெரியவந்தது.

கலிலியோ என்ற விஞ்ஞானி, சிறந்த அறிவியல் அறிஞர். எப்போதும் அவர் இயற்கையை ஆராய்ந்துகொண்டேதான் இருப்பார்.

அவரது 17-வது வயதில், தேவாலயத்துக்குப் போய்க்கொண்டிருந்த போது, மாதா கோயிலின் கோபுரத்தில் தொங்கிக்கொண்டிருந்த சங்கிலியில் மெழுகுவர்த்தியை வைத்திருந்தார்கள். அந்தச் சங்கிலி, இடதும் வலதுமாக ஒரே சீராக ஆடிக்கொண்டிருந்தது. அவர், தனது வலக்கையை இடக்கையில் வைத்து நாடி பிடித்துப் பார்த்தார். தனது நாடித் துடிப்பும், அந்தச் சங்கிலியின் அசைவும் ஒத்திருப்பதைக் கண்டு வியந்தார். அன்று கண்டுபிடிக்கப்பட்டபதுதான் பெண்டுலம் ஆடும் சுவர்க் கடிகாரம்.

எடை அதிகம் உள்ள பொருள்கள் வானத்திலிருந்து பூமிக்கு விரைவாக வும், எடை குறைவான பொருள்கள் தாமதமாகவும் வந்து சேரும் என்று அரிஸ்டாட்டில் கூறியிருந்த கருத்தை மறுத்த கலிலியோ, தானே பைசா கோபுரத்தின் மீது ஏறினார். மிக மிக உயரமான அந்தக் கோபுரத்தில் ஏறுவது அவ்வளவு ஒன்றும் எளிதல்ல.

ஆனால், அவர் தனது உயிரையும் துச்சமாக மதித்து, இரண்டு குண்டு களுடன் கோபுரத்தின் மீது ஏறி நின்றார். 100 பவுண்டு குண்டு மற்றும் 1 பவுண்டு குண்டு. இரண்டையும், பொதுமக்கள் மற்றும் அறிஞர்கள் மத்தியில் ஒரே சமயத்தில் கீழே விட்டார். இரண்டும் ஒரே சமயத்தில் பூமியில் வந்து விழுந்தன. அதுவும், அவரது தியான மனோபாவத்தின் வெளிப்பாடே. பிறகுதான், உலகம் ஒப்புக்கொண்டது.

சூரியனை மையமாகக்கொண்டே அனைத்துக் கிரகங்களும் சுற்றி வரு கின்றன என்ற மாபெரும் உண்மையை, கோபர் நிக்கஸ் ஏற்கெனவே கண்டுபிடித்திருந்தார். ஆனால், மதவாதிகள் தண்டிப்பார்கள் என்று அஞ்சி வெளியிடவில்லை. கலிலியோவும் அந்த உண்மையைக் கண்டறிந் திருந்தார். ஆனால், அதை அஞ்சாமல் வெளியிட்டார். அவருக்குக் கிடைத்தது சிறைவாசம். அங்கு அவருடைய கண் பார்வையும் பறிபோயிற்று.

ஆனாலும், தான் சொன்ன உண்மையிலிருந்து பின்வாங்காமலேயே இறுதிவரை இருந்து உயிர் துறந்தார். அது அவரது தியானத்தின் வெளிப் பாடே.

ஏதோ ஒரு விஷயத்தில் நிலைத்துவிடுவதே தியானம் ஆகும். அதற்கு, இதுபோன்ற அறிஞர்களின் மனோநிலையே எடுத்துக்காட்டுகளாகும்.

அவரது கண்டுபிடிப்பு ஒருவகைத் தியானமே. ஆய்வில் இருக்கும் விஞ்ஞானியும், தியானியும் ஒருவனே.

விஞ்ஞானி, அதைத் தியானம் என்று உணருவதில்லை.

தியானி, விஞ்ஞானிக்கு உரியதைப் பற்றி உணருவதில்லை.

விஞ்ஞானி, உலகைத் தியானிக்கிறான்.

மெய்ஞானியோ, உலகைக் கடந்து தியானிக்கிறான்.

அட்டமா சித்திகள் யாவும், இந்திய சித்தர்களுக்கே உரித்தான சொத்துகள் ஆகும். இந்தச் சாதனையை முறியடிக்க, உலகின் எந்த மூலையிலும் விஞ்ஞானத்துக்குத் தகுதி இல்லை.

நாம் திடீரென்று மறந்துபோன ஒருவரைப் பற்றி நினைப்போம். அடுத்த சில நாள்களில் அவரிடமிருந்து ஒரு தகவல் வரும் அல்லது அவரே நேரில் வருவார்.

அவரது எண்ண அலைகள், நம்மிடம் வந்து அவரைப் பற்றிய நினைவை ஏற்படுத்திவிடுகின்றன.

பஞ்சபூதங்களையே கட்டுப்படுத்தியவர்கள் நம் சித்தர்கள். அப்படிப் பட்டவர்கள், பஞ்சபூதங்கள் தந்த உயிரினங்களையா கட்டுப்படுத்த மாட்டார்கள்.

எல்லாமே, தியானத்திலிருந்துதான் கிடைக்கின்றன. உயிர் உள்ள பொருள்கள் மட்டும் அல்ல. உயிர் அற்ற பொருள்களையும்கூட இயக்க முடியும். நம்பிக்கை இருந்தால், மலையைக்கூட அசைத்துவிட முடியும்.

இயேசு கிறிஸ்து, தண்ணீரின் மீது நடந்துசென்றதையும், கடலை இரண்டாக வகுந்து இடையே நடந்தத்தையும், பைபிள் பக்கங்கள் கூறுகின்றன.

கற்பனை, நம்பிக்கையாக மாற வேண்டும். அப்போது, எதை வேண்டுமானலும் சாதிக்க முடியும்.

வள்ளலார், எண்ணெய் இல்லாத காரணத்தால், தண்ணீரை ஊற்றி விளக்கு எரித்த வரலாறு இன்றைக்கும் பேசப்படுகிறது.

7

அட்டமா சித்திகளும், தியானமும்

அட்டம் என்றால் எட்டு. எட்டு வகைச் சித்திகள் உண்டு. இன்றைக்கும், இதில் சாதகம் புரியும் சித்தர்கள் இருக்கத்தான் செய்கிறார்கள். ஆனால், அவர்கள் சாமான்யமாக யாருடைய கண்களுக்கும் தென்பட மாட்டார்கள்.

சித்துக்கள்

1. அணிமா - உடலை, அணுவைப்போல் மிக மிகச் சிறிய வடிவத் துக்குக் குறுக்கிக்கொள்வது.
2. மகிமா - உடலை, மலையைப்போல் மிக மிகப் பெரியதாக வளர்த்துக்கொள்வது.
3. இலகிமா - உடலை, காற்றைப்போல் மிகவும் லேசாக்கிக்கொள்வது.
4. கரிமா - இயற்கைச் சீற்றங்களால் அசைக்க முடியாத கனத்தில் இருத்தல்.
5. பிராப்தி - நினைத்த அனைத்தையும் மனத்தால் வசப்படுத்தல்.
6. பிராகாமியம் - கூடுவிட்டுக் கூடு பாய்தல்.
7. ஈசத்துவம் - பரம்பொருளுக்கு நிகரான நிலையில் இருத்தல்.
8. வசித்துவம் - வசியம் செய்து விரும்பியதை அடைதல்.

மேலே சொன்ன, 'அட்டமா சித்திகள்' அனைத்தும், தவத்தின் பலன்கள் ஆகும். தவங்கள் யாவும் தியானத்தின் பலன் ஆகும்.

உயிர்த்து எழும் அதிசயம்

அட்டமா சித்திகள் யாவும், மனிதன் தான் உயிருடன் இருக்கும்போதே செய்யக்கூடிய அற்புதங்கள். எனவே, உயிரை முன்னிட்டே எதையும் சாதிக்க முடியும்.

ஆனால், அதற்கும் அப்பாற்பட்ட அதிசயங்களும் நடைபெற்றுக் கொண்டுதான் இருக்கின்றன. மனிதனது மூளைக்கு எட்டாத விஷ யங்கள் எவ்வளவோ உண்டு. அவற்றை எல்லாம், இறையாற்றல் என்ற நோக்கோடுதான் பார்க்க முடியும். அப்படிப் பார்ப்பதற்கு, இறை நம்பிக்கை அவசியம் வேண்டும்.

தியானத்தின் அதி அற்புதங்கள் அனைத்தும், இறையருளின்பாற் பட்டவை என்பதற்கு இரண்டு உதாரணங்களை மட்டும் சொல்லலாம்.

ஒன்று. இயேசு கிறிஸ்து, தியானத்தின் மூலமாகக் கர்த்தாவாகிய பரம் பொருளை உணர்ந்தவர். பிறருக்காகவே எப்போதும் தியானம் செய்து வருபவர். கயபா என்ற மதகுரு, அவரைக் குற்றவாளி என்று தீர்ப்புச் சொல்லி மரண தண்டனைக்கு உத்தரவிட்டான்.

அந்தக் காலகட்டத்தில், உயிரைப் பறிக்கும் தண்டனைகளில் பலவகை இருந்தன. கல்லால் எறிந்து கொல்வது, ஆயுதங்களால் உடலைப் பிளப்பது, கழுமரத்தில் ஏற்றுவது, நீரில் மூழ்கடிப்பது என்று எத்தனையோ. அவற்றில் ஒன்று மிகவும் கொடியது. அது, சிலுவையில் அறைவதாகும். காரணம், சிலுவையில் அறைந்தால்தான், உடலானது ரணங்களைத் தாங்கமுடியாத அளவுக்குத் துடிதுடிக்கும். உயிரானது, சித்தரவதைப்பட்டு அணுஅணுவாகப் பிரியும்.

அப்படித்தான், இயேசு பெருமானைச் சிலுவை அறைந்தார்கள். வேதனையால் கதறியபடி, கொஞ்சம் கொஞ்சமாக உயிர் துறந்தார்.

கிறிஸ்து பெருமானை சிலுவையில் வைத்துக் கட்டப்போகும் முன், அவர் சில அடிகள் தனித்துப்போய் குப்புற விழுந்து, 'தந்தையே, முடிந்தால் இத்துன்பக் கிண்ணம் என்னைவிட்டு அகலட்டும். என் பொருட்டல்ல, உம் பொருட்டு...' என்று முறையீடுசெய்துவிட்டு எழுந்துவருகிறார். அதன் பிறகே, அவரைச் சிலுவையில் வைத்துக் கட்டுகிறார்கள்.

ஆணிகளால் பிளந்தபோது, உடல் எங்கும் ரத்த ஆறு ஓடியது. ரத்தத்தோடு அவரது ஜீவசக்தி வடிந்துகொண்டிருந்தது. அப்போதும் கூட, கர்த்தாவே இவர்களை மன்னியும் என்றுதான் அவர் சொன்னார். குற்றுயிரோடு, கிறிஸ்து பெருமான் சொன்ன கடைசி வார்த்தைகளைப் பாருங்கள். அங்கேதான், அவரது அத்தனை காலத்து தியானத்தின் சாரங்களும், சரீரத்தின் பொருட்டு ஓலங்களாக வெளிப்பட்டன.

'கர்த்தாவே ஏன் என்னைக் கைவிட்டீர்'. எத்தனை பெரிய வார்த்தை. இதை, அவர் சொல்லவில்லை. எதிரிகளுக்காக எப்போதோ தம்மை அவர் ஒப்புக்கொடுத்துவிட்டார். அவரது தவப்பயன் சொன்ன வார்த்தைகள் அவை.

'எதிரி, ஒரு கன்னத்தில் அறைந்தால், மறு கன்னத்தை திருப்பிக் காட்டுங்கள்' என்றவராயிற்றே. அவர் ஒருபோதும், உடலுக்கு முக்கியத்துவம் கொடுத்ததில்லை. ஆயினும், மரணத்தின் பிடியில் ஏன் அந்த வார்த்தையைச் சொல்ல வேண்டும். அதையும் அவர் சொல்ல வில்லை.

அவர் பொருட்டு, அவரது ஆன்மாவே விலம்பிற்று. அவரது தியானத்தால் முகிழ்ந்துபோயிருந்த, புனித உயிராகிய பரிசுத்த ஆவி, ஆற்றாமையால் வெளியிட்ட வார்த்தைகள் அவை. அக்னியைவிடக் கொடிய அக்னி. ஆத்ம அக்னி.

தினம்தோறும் உன்னையே தியானித்தவனுக்கு உலகம் கொடுத்த பரிசு இதுதானா என்ற பகிரங்கமான கேள்வி எழலாம்.

அவர் உயிரோடு வாழ்ந்த காலத்தில், மற்றவர்களின் துன்பங்களுக்காக இறைவனிடம் பிரார்த்தனை செய்தார். அவருடைய பிரார்த்தனைகளுக்கும், இறைவன் செவி சாய்த்தார் என்றும் அவரே சொல்லி இருக்கிறார்.

அனைவருமே, ஆகாயத்தைத்தான் இறைவனுக்கு அடையாளமாகக் காட்டுகிறோம். அந்த ஆகாயத்தைப் பார்த்துத்தான், இயேசுவும் தனது இறுதி வார்த்தைகளைப் பிராத்தனையாக்கி வெளியிட்டார். அதுவே, அவருக்கும் செவி சாய்த்ததாக ஆகிவிட்டது.

இறைவன் கருணைக் கடல். அவன் யாரையும் கைவிட மாட்டான். இயேசு கிறிஸ்து, வெள்ளிக்கிழமை நண்பகல் 12 மணிக்கு சிலுவையில் அறையப்பட்டார். அவர் உயிர் பிரிய, மூன்று மணிநேரம் ஆயிற்று.

அது முதலாக, நாடு முழுதும் பட்டப்பகலிலேயே இருள் சூழ்ந்துவிட்டது. நீதிமானுக்குத் தண்டனை தந்த உலகுக்கு இறைவன் தந்த தண்டனை அது. மூன்றாம் நாள், அதாவது ஞாயிற்றுக் கிழமை. அவர் மீண்டும் உயிர்த்தெழுந்து வந்து, உலகையே அதிசயத்தில் ஆழ்த்துகிறார்.

இந்த அதிசயம் எப்படி நிகழ்ந்தது? அதுவே, தியானத்தின் மகிமை ஆகும். இறந்த பிறகும், தியானம் உயிர் காக்கும் என்றால் அது மிகையில்லை. கிறிஸ்து பெருமானின் வரலாறே அதற்குச் சாட்சி.

இன்றுவரை, உலக வரலாறுகளும், ஆண்டுகளும் அவரது பிறப்பு நாளை முன்னிட்டே கணக்கிடப்படுகின்றன. புதை குழியிலிருந்து எழுந்து வந்தவர் இயேசு.

இதுபோன்று, இந்தியாவிலும் நடந்த ஒரு அற்புதம் உண்டு.

இமயமலை பாபாஜியின் பக்தர் பரமஹம்ச யோகானந்தர். இவரது குருநாதர் ஸ்ரீ யுக்தேசுவரர். அவர் இறந்துபோனார். அவரது உடல், பூரியில் உள்ள அவரது ஆசிரமத்தில் புதைக்கப்பட்டது. மூன்று மாதங்களுக்குப் பிறகு, மும்பை ஹோட்டல் ஒன்றில் பரமஹம்சர் தனியாகத் தியானத்தில் இருந்தபோது, ஒரு ஒளிக்கற்றை அவரது தியானத்தைக் கலைக்கிறது.

மெல்லக் கண்விழித்துப் பார்த்தபோது, அவரது கண்களை அவரா லேயே நம்ப முடியவில்லை. மூன்று மாதங்களுக்கு முன், பூமியில் புதைக்கப்பட்ட குருநாதரின் உடல் அப்படியே நிதர்சனமாக அவர் கண் எதிரில் நிற்கிறது. அவரையே பார்க்கிறது. சிரிக்கிறது.

யோகானந்தர், தியானத்திலிருந்து மெல்ல எழுந்து அவருக்கு அருகே செல்கிறார். அவர் தனது குருவைத் தயக்கத்துடன் தொட்டுப் பார்க்கிறார். மாயக் காட்சியாக இருக்கக்கூடும், அல்லவா? இல்லை, இல்லை. அது உண்மைக் காட்சிதான். தத்ரூபமான காட்சிதான்.

ஆம். உயிரோடு இருந்த காலத்தில், தனது குருவை எத்தனையோ முறை தொட்டிருக்கிறார். அவருக்குத் தெரியாதா?

அதிசயத்தோடு தொட்டுத் தொட்டுப் பார்க்கிறார். அதே ஸ்தூல உடல். அதே நறுமணம். அதே இளஞ்சூடு. சுவாசத்தில், உடல் அசைகிறது. பூமிக்குள் புதையுண்ட உடலா இது? அப்படியே, இறுகக் கட்டி அணைத்துக்கொள்கிறார். கண்களில் கண்ணீர் ஆறாக ஓட, 'சுவாமி, மூன்று மாதங்களுக்கு முன்?' என்று கேட்கும்போதே நா தழுதழுத்து வார்த்தைகள் வர மறுக்கின்றன.

சிஷ்யனின் அவஸ்தையைப் புரிந்துகொண்ட குருநாதர் ஸ்ரீயுக்தேசுவரர், தானே வாய் மலர்ந்து அருளுகிறார். 'ஆமாம். ஆமாம். மூன்று மாதங்களுக்கு முன் இறந்துபோன அதே யுக்தேசுவரன்தான் நான். பூரி ஆசிரமத்தில், குழிக்குள் வைத்து என்னை மண்ணால் மூடியவன்தானே நீ...'

'ஆமாம் சுவாமிஜி. அந்த நீங்களா, அதே உடலோடு இங்கே, இப்போது...?'

'ஆமாம். ஒளி உலகத்தில் வாழ்ந்து கொண்டிருந்தேன். பிரபஞ்சத்தின் அணுக்களில் இருந்து இந்த ஸ்தூல தேகத்தைப் படைத்தேன்' என்கிறார்.

பேசாப் பெருநிறைவோடு, தனது குருநாதரின் உடலை விட்டு மெல்ல விலகி வந்து, அவரது திருவடிகளில் குப்புற விழுந்து வணங்குகிறார், பரமஹம்ச யோகானந்தர்.

தனது அனுபவத்தை, பரமஹம்ச யோகானந்தர் தானே தனது நூலில் இப்படிச் சொல்லி இருக்கிறார்.

குருவைத் தியானித்த பலன், ஒன்று. தியானித்த குருவின் பலன், ஒன்று.

இதுபோன்ற அதிசயங்கள், உலகம் முழுதும் உண்டு. இந்தியாவிலும் தமிழகத்திலும் நிறையவே உண்டு. தியானத்தின் வாசலைத் தொட்ட வர்களுக்கு மட்டுமே இவை எல்லாம் சித்திக்கும்.

8
அதீத நிலைத் தியானம்

சர்க்கஸ்களில் எத்தனையோ வித்தைகள் புரிகிறார்கள். உயிரைப் பணயம் வைத்து அவர்கள் செய்யும் வித்தைகள் யாவும், ஒருவகையில் அவர்களிடமே பழகிப்போன தியானத்தின் அதீத நிலைகளே.

தியானத்தில் மனம் ஒருமுகப்பட்டுவிடுகிறது. மனம் ஒருமுகப்படாமல் அப்படி எல்லாம் சாகசம் புரிய முடியாது.

கம்பி மேல் நடப்பது, உயரத்தில் 'கைப்பிடியை' அந்தரத்தில் நழுவ விட்டு மீண்டும் பற்றிக்கொள்வது, ஒற்றைச் சக்கர மிதிவண்டியில் கம்பி மீது பயணிப்பது, உருளை மீது நின்றுகொண்டு பத்து பேரைச் சுமப்பது என்று எத்தனை எத்தனையோ சாகசங்கள் உள்ளன. எல்லாமே, மனத்தை அவற்றின் மீது குவித்துப் புரிவதேயாகும்.

'கின்னஸ்' உலகச் சாதனைகள் யாவும், அதீதமான தியானத்தின் வெளிப் பாடுகளே ஆகும். மறைந்துள்ள திறமைகளை முறைப்படுத்தி வெளிப் படுத்துவதற்கு, அவரவர் தியான மனப்பாங்கே காரணம்.

விஞ்ஞானம், உடலைப் பற்றிக் கொண்டு மட்டும் ஆராய்கிறது. மெய்ஞானம், அதற்குள்ளும் சென்று மெய்ப்பொருளைக் குறித்து ஆராய்கிறது.

'யோகியின் சுயசரிதை' என்ற நூலை எழுதியவர் பரமஹம்ச யோகானந்தர் என்ற மகான். அவர் இயற்கை எய்திய பிறகு, அவரது உடல் இருபது நாள்களுக்குப் பிறகே அடக்கம் செய்யப்பட்டது. ஆனால், அந்த இருபது நாள்களில் அவரது உடல் அழுகவே இல்லை. எந்தவிதமான சிதைவும், உருமாற்றமும் அடையவில்லை.

லாஸ் ஏஞ்சல்ஸைச் சேர்ந்த உயிரியல் மருத்துவ ஆராய்ச்சி நிறுவன இயக்குநர், பரமஹம்சரின் உடலை ஆராய்ந்து பார்த்துவிட்டு, உடலில் எந்தவித வேதியியல் மாற்றமும் நிகழவில்லை. தோலின் நிறம்கூட மாறாதது, மருத்துவ உலகம் தனது வரலாற்றில் இதுவரை கண்டிராத அதியம் ஆகும் என்று அறிக்கை சமர்ப்பித்துள்ளார்.

அமெரிக்க விண்வெளி ஆராய்ச்சியாளர்கள், சூரியனை ஆண்டுக் கணக்காக ஆராய்ந்துவருகிறார்கள். ஆனால், அவர்களிடம் ஆதார பூர்வமான விளக்கம் ஏதும் இல்லை.

ஆனால், ஒரு சராசரி யோகி, எதையுமே உண்ணாமல், வெறும் வயிற்றோடு, சூரியனையே தினமும் உற்றுப்பார்த்தபடி பல நாள்கள் இருந்து சாதனை படைத்திருக்கிறார்.

அவர், கொல்கத்தாவில் சூரியனைப் பார்த்தபடி 211 நாள்கள் பட்டினி யாக இருந்தார். இரண்டாவது முறையாக, அவரே அகமதாபாத்தில், அதேபோல் 411 நாள்கள் பட்டினியாக இருந்தார். ஒரு தாகம் இல்லை. தவிப்பு இல்லை. மயக்கமும் அடையவில்லை.

இந்தச் சாதனைகளின்போது/ஆராய்ச்சியின்போது, 21 விஞ்ஞானிகள் கூடவே இருந்து, அவரது உடல் நிலையை ஆராய்ந்தார்கள். வியப்பால் தங்கள் மூக்கின் மீது விரலை வைத்தார்கள்.

அதுமட்டுமல்ல, 130 நாள்கள் அவர் உணவு உண்ணாமல் இருந்தபோது, ஃபிலடெல்பியா பல்கலைக் கழக விஞ்ஞானிகள், தொடர்ந்து அவரது மூளையை ஸ்கேன் செய்து பார்த்தனர்.

குஜராத் அம்பாஜி கோயிலுக்கு அருகே உள்ள ஒரு குகையில் வாழ்ந்த ஒரு சித்தர், தொடர்ந்து 65 ஆண்டுகளாக நீரோ, ஆகாரமோ எதுவுமே உண்ணாமல் பட்டினியாக இருந்திருக்கிறார்.

தனது தலைக்கு உள்ளிருந்து அமிர்த பானம் கொட்டியதாகவும், அதன் பிறகு பசி தாகம் அற்றுப்போய்விட்டதாகவும் கூறியிருக்கிறார். அதனால், மலமும் சிறுநீரும் கழிக்காமல் வாழ்ந்திருக்கிறார்.

அவரிடம் இருந்தது, தியானத்தைத் தவிர வேறு ஒன்றும் இல்லை. ஆக, தியானத்தால் எதுவும் செய்யலாம்.

வேற்று மொழி பேசுவதும், இதுபோன்ற தியானத்தின் பரிசுகளே.

காஷ்மீரைச் சேர்ந்த ஒருவர், தியானத்தின் பலனாக பற்பல அதிசயங் களைப் புரிந்திருக்கிறார்.

அவர் கண்களைக் கட்டச் சொல்லிவிட்டு, அடுத்தவர்களிடம் ஏதேனும் ஒரு புத்தகத்தைக்கொடுத்து பிரிக்கச் சொல்வாராம்.

பிரித்துள்ள பக்கத்தில் உள்ளதை அப்படியே பார்த்து வாசிப்பதுபோல் வாசிப்பாராம். அதுமட்டுமல்ல, அவருக்குத் தெரியாத பாஷையில் இருந்தாலும், அதையும்கூட உச்சரிப்பு பிறழாமல் வாசிப்பாராம்.

அவரிடமே இன்னொரு அதிசயமும் இருந்தது.

கண்களை இறுகக் கட்டிக்கொண்டு ஊசியில் நூலைக் கோர்ப்பாராம், மிகச் சரியாக.

அவரிடம் மற்றொரு அதிசய சக்தியும் இருந்தது.

800 டிகிரி ஃபாரன்ஹீட் நெருப்புத் துண்டத்தில் நடந்து சென்ற அவருடைய காலில், நெருப்புக் காயங்களே ஏற்படவில்லை.

'உங்களுடைய இந்த அதி அற்புதச் சாதனைகளுக்குக் காரணம் என்ன?' என்று விஞ்ஞானிகள் கேட்டபோது, அவர் அளித்த பதில், ஒன்றே ஒன்றுதான்.

'24 ஆண்டுகளாகத் தினமும் தவறாது எனது புருவ மத்தியைப் பார்த்தவாறே தியானத்தில் இருந்துவருகிறேன்'.

பதில் எப்படி?

'நெற்றிக்கு நேரே புருவத்து இடைவெளி
உற்று உற்று பார்க்க ஒளி விடும்மந்திரம்
பற்றுக்குப் பற்றாகப் பரமன் இருக்கும் மந்திரம்
சிற்றம்பலம் என்று அறிந்து சேர்ந்துகொண்டேனே'

என்று திருமூலர் எப்போதோ சொல்லி இருக்கிறார். புருவத்து மத்தியை 'லாடத்தானம்' என்பார்கள். அதுவே, 'ஆக்ஞா சக்கரம்' ஆகும்.

ஒவ்வொரு மனிதருக்குள்ளும், முள்ளந்தண்டாகிய முதுகுத் தண்டு வடத்தில், ஆறு ஆதாரங்கள் நிலைகள் உள்ளன. அவை, 1. மூலதாரம், 2. சுவாதிஸ்டானம், 3. மணிபூரகம், 4. அநாகதம், 5. விசுத்தி, 6.ஆக்ஞை என்று, ஆறு சக்கரங்களாக நின்று அவை செயல்படுகின்றன.

ஏழாவதாக ஒரு சக்கரம் உள்ளது. அது, உச்சந்தலை மையத்தில், ஊசி முனை அளவு துவாரத்தில் நிலைகொண்டுள்ளது. அதன் வழியாகத்தான் உயிரானது பிரியும்.

ஆசை - பேராசை - தியானம்

தியானம், நம்மை இந்த உலகில் நல்லவிதமாக வாழச் செய்துபார்க்கும் கலை. எதைச் செய்யலாம், எதைச் செய்யக் கூடாது என்று பல பேருக்குத் தெரிவதில்லை.

ஆசை வேறு. பேராசை வேறு.

ஆசை இல்லாத மனிதர்களே இல்லை.

ஆசை என்பது தன்னுடைய நலனை மட்டும் பாதிப்பதாக இருக்கும். அது நல்லதாகவும் இருக்கலாம். கெட்டதாகவும் இருக்கலாம்.

ஆசை எதுவானாலும் சரி. நல்லதோ, கெட்டதோ. இரண்டுமே நமக்கு துன்பத்தைத் தரக்கூடியவை என்பது பொதுவான உண்மை. அதை முன்னிட்டுத்தான், ஆசையே கூடாது என்றார்கள் மகான்கள்.

எதை நம்புவது?

பொதுவாக, பிறரது நலனையும் நம்முடைய நலனையும் கெடுத்து விடாது எந்த ஆசையும் நியாயமானதே.

ஆனால், பேராசை என்பது பிறரது நலனைக் கெடுத்து, தன்னுடைய நலனையும் கெடுத்துக்கொள்வது.

யாருடைய நலனையும் கெடுத்துக்கொள்ளாமல், ஆசைகளின் மெய்ப் பொருளை அனுபவித்து உணர்ந்துகொள்ள வேண்டும். அதன்பிறகு, ஆசைகளை விட்டொழித்துவிட்டு, இறைவனின் திருவடிகளைச் சேர்தல் வேண்டும்.

இதுவே, வள்ளுவர் காட்டிய அறம், பொருள், இன்பம், வீடு ஆகிய நாற்பெரும் தத்துவம் ஆகும்.

9
தியானத்தின் பலன்கள்

1. தியானத்தால், முதலில் உடல் நலம் அடைகிறது. சுவரை வைத்துத் தான் சித்திரம் தீட்ட முடியும். உடல் திடமாக இருந்தால்தான், இவ்வுலக வாழ்வை ஆரோக்கியமாகக் கடந்து சாதனைகள் புரிய முடியும்.
2. உடலின் ஜீவ சக்தி விரயமாகாமல் தடுக்கப்படுகிறது.
3. உடலின் நோய் எதிர்ப்புச் சக்தி கூடுகிறது.
4. மன நோய்கள் குணமடைகின்றன.
5. உள்ளம் தூய்மை அடைகிறது.
6. உள்ளம் பலம் அடைகிறது.
7. மனம் தெளிவடைகிறது.
8. நினைவாற்றல் பெருகுகிறது.
9. முகம் பிரகாசம் அடைகிறது.
10. அறிவு, பேரறிவாக விரிவடைகிறது.
11. உள் மனம் விழிப்பு நிலையில் இருக்கிறது.
12. இரவில் நல்ல உறக்கம் கிடைக்கிறது.
13. இதனால், பகல் தூக்கம் போய்விடுகிறது.
14. குறைவான பிராண சக்தியில், நிறைவான பலனைப் பெற முடிகிறது.
15. இதயத் துடிப்பு சீராகிறது.
16. சீரான சுவாசம் நிகழ்வதால், ஆயுள் கூடுகிறது.
17. ஞாபகச் சக்தி பெருகுகிறது.
18. வேண்டாத எண்ணங்கள் விலகுகின்றன.
19. வேண்டிய எண்ணங்கள் மட்டும் நிலவுகின்றன.
20. தீய பழக்க வழக்கங்கள் எத்தனை இருந்தாலும் அவற்றை விட்டுவிட முடிகிறது.

21. எந்தத் தீய பழக்கமும், எந்தச் சூழ்நிலையிலும் நம்மைத் தொற்றிக் கொள்ளாமல் காக்கிறது.

22. பேராசைகள் நீங்குகின்றன.

23. சகிப்புத் தன்மை ஏற்படுகிறது.

24. பொறுமை கை கூடுகிறது.

25. எல்லோரிடத்தும் அன்பு ஏற்படுகிறது.

26. கவலைகள் அனைத்தும் அற்றுப்போய்விடுகின்றன.

27. மறைந்துள்ள திறமைகள் வெளிப்படுகின்றன.

28. வெளிப்பட்ட திறமைகள், சரியான இலக்கை நோக்கிப் பயணிக்கின்றன.

29. மிகப்பெரிய வெற்றிகளைப் பெறச் செய்கிறது.

30. வெற்றிப்பாதையில் ஏற்படும் தடைகளையும், எதிர்ப்புகளையும், துச்சமாக மதித்து கடந்து சென்று சாதிக்க வைக்கிறது.

31. பிடிக்காத சூழ்நிலையில் இருந்தால், பிடித்த சூழ்நிலை ஏற்படும்.

32. பிடிக்காத நண்பர்கள், உறவுகள் இருந்தால்,அவர்களை விட்டுப் பாதகம் இல்லாமல் பிரிக்கும் அல்லது அவர்களையே பிடித்தவர் களாக மாற்றும்.

33. சோதனைகள் யாவற்றையும் சாதனையாக்குகிறது.

34. சராசரி மனிதர்களைவிட, பன் மடங்கு உழைப்பாற்றலை வழங்கு கிறது.

35. துன்பங்களை எல்லாம் இன்பமாகக் காண்கிறது.

36. எதையும் தாங்கும் இதயத்தை, தியானம் மட்டுமே கொடுக்கும். மற்ற எந்தக் கொள்கைகளும் கொடுக்காது.

37. உணவு விஷயத்தில், போதும் என்ற மனப்பாங்கை வளர்க்கிறது. அதனால், அளவறிந்து உண்ணும் மனப்பாங்கு வளர்கிறது. அதன் பொருட்டு, நோயற்ற வாழ்வைப் பரிசாகத் தருகிறது.

38. உலக இன்பங்கள் யாவற்றிலும், 'போதும்' என்ற இதே மனப்பாங்கைக் கடைப்பிடிக்கச் செய்கிறது. அதனால், எப்போதும் எதிலும் ஆசைவயப்பட்டு, அலைமோதாத நிலை ஏற்படுகிறது.

39. தினமும் பலவகைப் பிரச்னைகளால் மனம் சோர்வுறும்போதும், அமைதி குறையும்போதும், சிறிது நேரம் தியானத்தில் அமர்ந்தால், மனம் லேசாகி புத்துணர்ச்சி ஏற்படுகிறது.

40. நமது கடந்த காலத்திலும், அதற்கு முந்தைய காலத்திலும் ஏற்பட்ட மனப் பாதிப்புகளை முன்னிட்டு, நம் அறிவுக்கு அப்பாற்பட்ட மனக்கிலேசங்களும், போராட்டங்களும் ஏற்படும்போது, அவற்றை சாந்தப்படுத்தி தெளிவு பிறக்க உதவுகிறது.

41. நமது எதிர்காலம் என்ன வென்று தெரியாத போது நாம் இனம் தெரியாமல் போய் எங்கும் முட்டி மோதிக் கொள்ளாமல் நம் வழியை நமக்கு தேர்வு செய்து பாதுகாப்பான பயணத்தைத் தருகிறது.

42. நமக்கு ஏற்படும் ஆபத்துகளில் இருந்து நம்மை மீட்கிறது.

43. இறுதிக் காலத்தில், படுக்கைப் புண், ஜீவ போராட்டம் போன்ற அவஸ்தை ஏதும் இல்லாத நிம்மதியான மரணத்தைத் தருகிறது.

44. மீண்டும் இப்புவியில் பிறவாத பெருநிலையையும் தருகிறது.

45. இறுதியாக, நமக்கு அப்பாற்பட்ட இறைச் சக்தியிடம் நம்மைச் சேர்ப்பித்து, அதன் மூலம் நமக்குள் வெளிப்படும் இறையாற்றலின் இன்பத்தைத் துய்த்து, அந்தப் பர நெறியோடு பேரின்ப நிலையில் லயித்துவிடச் செய்கிறது.

இத்தனை வகைப் பயன்பாடுகளையும் பார்த்துவிட்டு, பிறகும் ‘எனக்கு தியானம் செய்ய நேரம் இல்லை’ என்று சொல்பவர்கள், தங்களைத் தாங்களே ஏமாற்றிக்கொள்பவர்கள் ஆவர்.

இது, பல ஆண்டுகளுக்கு முன்னால் நடந்தது. கொடைக்கானலுக்கு அருகே தாண்டிக்குடி என்ற ஒரு மலைப் பகுதி ஊர் உள்ளது. அந்தப் பேருந்து, மலையடிவாரத்தை நோக்கி வளைவான மலைப்பாதையில் வந்துகொண்டிருந்தது. ஏற்கெனவே, பயணிகள் பயத்துடன் வேடிக்கை பார்த்துக்கொண்டிருந்தார்கள். அப்போது, பேருந்து திடுமென்று ஆட்டம்போட்டு ஓடியது. கண்டக்டரை டிரைவர் சத்தம் போட்டு அருகே அழைத்தார். கண்டக்டரும் ஓடோடி வந்தார்.

‘பஸ்ல திடீர்னு பிரேக் ஃபெயிலியர் ஆயிடுச்சு. அதனால, எல்லோ ரையும் எச்சரிக்கையாக இருக்கச் சொல்லு’ என்று கத்தினார். அவ்வளவு தான். பயணிகள் எல்லோரும் ‘ஓ’வென்று கூச்சல் போட்டார்கள். பயணிகளது அலறல் சத்தம், சுற்றியிருந்த மலைகளில் மோதி அவலக் குரலாக எதிரொலித்தது.

‘பயப்படாதீங்க, எப்படியும் நான் கடவுளோட அருளால உங்களைக் காப்பாத்திடுவேன்...’ என்று சொல்லியபடி, பேருந்தை அதன் டிரைவர், வலதுபக்கமாக இருந்த உயரமான கரும்பாறை மீது கொண்டுபோய் மோதச் செய்தார். பலத்த சத்தத்துடன் பேருந்து மோதி நின்றது. மோதிய வேகத்தில், பேருந்தின் முகப்புப் பகுதி கடும் சேதத்துக்குள்ளாகி, அதன் இடிபாடுகளுக்குள் டிரைவரின் கால் சிக்கிக்கொண்டது.

நீண்ட போராட்டத்துக்குப் பிறகு, அவரை மீட்டு வெளியே எடுத் தார்கள். வலது கால் முறிந்துபோனது. அதோடு, ஓட்டுநர் பணியும் பறிபோய்விட்டது.

பரவாயில்லை. அதற்கெல்லாம் அவர் கவலைப்படவில்லை. ஐம்பது பேரின் உயிரைக் காத்த அந்த டிரைவர், இன்று கம்பை ஊன்றிக் கொண்டுதான் நடந்துகொண்டிருக்கிறார். காவி வேட்டி, தாடியுடன் தான் வருவார். ஆனால், தனது கால் போனது குறித்து அவர் ஒருநாளும் கவலைப்பட்டது கிடையாது. யாரைப் பார்த்தாலும், தான் பயணிகளின் உயிர்காத்த சாமர்த்தியத்தைப் பற்றிச் சொல்லி மகிழ்வது அவருடைய வழக்கமாகிவிட்டது.

'வாழ்க்கை' என்ற இந்தப் பேருந்துக்கு, தியானம் என்ற 'பிரேக்'கை எத்தனை பேர் உடன் வைத்திருக்கிறார்கள்?

நம்மை நாம் முதலில் கேட்டுக்கொள்வோம்.

10
தியானம், ஒரு கட்டாயத் தேவையா?

தியானம் தேவைதானா? என்று கேட்போரும் உண்டு. காலம் இன்றைக்கு நிறைய மாறிவிட்டது. எங்கும் அமைதி இன்மை, எங்கும் வன்முறை தலைதூக்கிவிட்டது.

மொத்தம் நான்கு யுகங்கள் உண்டு. அவை, 1. கிருத யுகம், 2. திரேதா யுகம், 3. துவாபர யுகம், 3. கலி யுகம். இப்போது நடைபெற்றுக் கொண்டிருப்பது கலி யுகம். கடைசி யுகம். இதற்கான அடையாளங் களையும் வேதங்கள் சொல்லிவிட்டன.

கடவுள் நம்பிக்கை அற்றவர்கள் நாடாள்வர். போட்டி, பொறாமை, சண்டை, சச்சரவுகள் நிகழும். வழிப்பறி, கொள்ளை, கொலை, வெட்டு, குத்து, வன்முறைகள் தலை விரித்தாடும். காமத்தால், ஒழுக்கமின்மை பெருகும். ஆசிரியர்களை மாணவர்கள் எதிர்ப்பார்கள், தாக்குவார்கள். குருத்துரோகம் நடக்கும். வானம் சரியாகப் பொழியாது. பருவங்கள் மாறும். மக்களிடையே ஒற்றுமை இருக்காது...

இன்றைக்கு, தியானம் எவ்வளவு முக்கியத்துவம் வாய்ந்தது என்பதைத் தெரிந்துகொள்ள, வேறு ஒன்றும் செய்ய வேண்டாம்.

இன்றைய முன்னணி தமிழ்நாளிதழ்களை எடுத்து அப்படியே புரட்டிப் பாருங்கள். மனத்தை வருத்தும் எத்தனை எத்தனையோ செய்திகள். இதயத்தையே ஸ்தம்பிக்கச் செய்துவிடுவது போன்ற பயங்கரமான கொலை வெறியாட்டச் செய்திகள்.

அதிர வைக்கும் விபத்துச் செய்திகள்.

கொலைச் செய்திகள்.

தற்கொலைச் செய்திகள்.

வன்முறைச் செய்திகள்.

துரோகச் செய்திகள்.

கற்பழிப்புச் செய்திகள்.

குண்டுவெடிப்புச் செய்திகள்.

காமம், லோபம், மதம், மாச்சரியம், ...

இவற்றை, பஞ்சமா பாதகங்கள் என்பார்கள்.

ஆழ் மனத்தில் பொறாமை, வஞ்சகம், கபடம், பழிவாங்கும் எண்ணம், சூது போன்ற எண்ணங்கள் பொதிந்துகிடக்கின்றன. அவை வெளிப்பட்டால், அவற்றால் கெடப்போவது நம் வாழ்க்கைதான்.

நமது உள்ளுணர்வு என்பது நமது ஜீவாத்மாவாக இருக்கிறது. நல்ல எண்ணமும், அன்பும், இயற்கையோடு நம்மைப் பிணைத்து வெற்றிகரமாக வாழச் செய்கின்றன.

தீய எண்ணமும், கோபமும் இயற்கையிடமிருந்து நம்மைப் பிரித்து, தோல்வியும் துன்பமும் உள்ள நரகத்தை வழங்குகின்றன.

நாம், வாழ்வில் வெற்றிபெற வேண்டுமா? உடனே விட்டுவிடுவோம், கெட்ட எண்ணங்களை.

எனது உறவினர் ஒருவர், அவசரமாக பத்தாயிரம் ரூபாய் கை மாற்றாக வேண்டும் என்று கேட்டிருந்தார். பணத்தை எடுத்துவருவதற்காக வங்கிக்குப்போயிருந்தேன். அங்கு எனது நண்பர் ஒருவர் வந்திருந்தார். வங்கியில் கூட்டம் அதிகம் இருந்ததால், நானும் அந்த நண்பரும் பேசிக் கொண்டிருந்தோம்.

அப்போது எங்கள் பேச்சு, தியானத்தின் பக்கம் திரும்பியது.

'தியானம் புரிபவர்கள் எப்படி இருக்கிறார்களோ தெரியவில்லை. ஆனால், தியானம் புரியாதவர்கள் நலமாகத்தானே இருக்கிறார்கள்? என்று கேட்டார், நண்பர்.

அவரிடம் நான் கேட்டேன். 'கடவுள் உண்டு என்பவர்கள் கஷ்டப்படுகிறார்கள். கடவுள் இல்லை என்பவர்கள் நல்லாத்தானே இருக்கிறார்கள்' என்ற கருத்து உடையவர்தானே நீங்கள்?

'கரெக்ட். எப்படி இவ்வளவு சரியாகச் சொன்னீர்கள்?' என்றார்.

'பணக்காரர்களிடம் பணம் நிறைய இருக்கிறது என்பது மட்டும் உங்களுக்குத் தெரிகிறது. அவர்கள் மனத்தில், அந்தப் பணத்தின் அளவுக்குத் துக்கங்கள் நிறைய இருக்கின்றன என்பது உங்களுக்குத் தெரியுமா?' என்றேன்.

'இதெல்லாம், நம்மை நாமே ஏமாற்றிக்கொள்ளும் வார்த்தைகள்' என்றார், நண்பர்.

எனது 'டோக்கன்' எண்ணை அழைத்தார்கள். பத்தாயிரம் ரூபாய் பணத்தை எடுத்துக்கொண்டு கிளம்பினேன். நண்பரும், வங்கி வேலையை முடித்துக்கொண்டு என்னுடன் கிளம்பினார்.

வங்கிக்கு வெளியே வரும்போது, கையில் துப்பாக்கி ஏந்திய போலீஸ் காரர் நின்றுகொண்டிருந்தார். அவரை அச்சத்தோடு பார்த்தார் நண்பர்.

'பார்த்தீர்களா. பணத்துக்குத்தான் இந்தப் பாதுகாப்பு. பணக்காரர்கள் எப்படி நிம்மதியாக இருக்க முடியும்?' என்றேன். நண்பர், அரைகுறையாகத் தலையாட்டிவிட்டுச் சென்றார்.

வீட்டுக்குத் திரும்பினேன். என்னிடம் கடனாகப் பணம் கேட்டிருந்த உறவினர், பணம் தேவைப்படவில்லை என்று தொலைபேசியில் சொன்னார். அவருக்காக, வங்கியில் போய் காத்துக்கிடந்தது வீணாகி விட்டதே என்று வருந்தினேன். எடுத்த பணத்தைக் கொண்டுபோய், திரும்பவும் வங்கியில் போடுவதற்காக, மறுபடியும் காத்துக்கிடக்க வேண்டும்.

அப்போதுதான் ஒரு யோசனை தோன்றியது. வங்கியில் பார்த்த நண்பருக்கு ஃபோன் செய்தேன்.

'வங்கியில் எடுத்த பணத்துக்கு வேலை இல்லாமல் போய்விட்டது. அந்தப் பத்தாயிரம் ரூபாயைத் தங்கள் தேவைக்கு வைத்துக் கொள்ளுங்கள். முடியும்போது கொடுத்தால் போதும்' என்றேன்.

எதிர்பார்க்கவே இல்லை. நண்பரிடமிருந்து அப்படி ஒரு பதில் வரும் என்று. 'ஏன், நான் நிம்மதியா இருக்கறது உங்களுக்குப் பிடிக்க வில்லையா?' என்றார்.

'நீங்கள் கொடுக்கும்போது கொடுங்கள். அதுவரை வைத்துக் கொள்ளுங்கள். எனக்கு இப்போது தேவையே இல்லை. நானாகப் பார்த்து கேட்கப்போவதும் இல்லை' என்று உறுதியாகச் சொன்னேன்.

'நம் நட்பு நீடிக்க வேண்டும் என்றால், இந்தப் பேச்சை தயவு செய்து இத்தோடு நிறுத்திக்கொள்ளுங்கள்' என்று கண்டிப்புடன் கூறிவிட்டார், நண்பர்.

'பரவாயில்லை. இது உங்கள் சொந்தப் பணம்' என்றேன்.

'எந்தப் பணமாக இருந்தாலும், பணம் பணம்தானே. இந்த வம்பே வேண்டாம் ஆளை விடுங்கள்' என்றார், நண்பர்.

நான், அப்போதும் விடவில்லை.

'சரி. எனக்குப் பணம் தேவைப்பட்டால் கொடுப்பீர்களா?' என்றேன்.

அவருக்கு ஒரே குழப்பம் ஆகிவிட்டது.

'ஏன் என்னாச்சு உங்களுக்கு? நான், நல்லா இருக்கறதே உங்களுக்குப் பிடிக்கலையா?' என்றார்.

'இப்போது புரிகிறதா? பணத்தைப் பற்றி பேசியதற்குள்ளாகவே நாம் இருவரும் அமைதி இழந்துவிட்டோமே. பணக்காரர்கள் வாழ்க்கையே 'கொடுக்கல் வாங்கல்'தான். இவை இல்லாமல் அவர்களால் வாழ முடியாது. இரண்டுமே அவர்களை இரட்டிப்பாக அமைதி இழக்கச் செய்துவிடும்'.

'நண்பரே, யானை இருந்தாலும் ஆயிரம் பொன், இறந்தாலும் ஆயிரம் பொன்' என்று சொல்வார்கள். ஆனால், பணம் நிறையக் கிடைத்தாலும் நிம்மதி போய்விடும். அது குறைந்தாலும் நிம்மதி போய்விடும்' என்றேன்.

இது, பணம் உள்ளவர்களின் நிலை.

தியானம் புரியாதவர்களின் நிலையும் இதேதான். பார்க்க, நிம்மதி உள்ளவர்கள்போல இருப்பார்கள். ஆனால், உள்ளுக்குள் எதையேனும் எண்ணி நொந்துகொண்டிருப்பார்கள். புறத் தோற்றத்தை வைத்து, எவரையும் எடைபோடக் கூடாது.

எல்லாமே, மனத்தின் அனுபவத்தை முன்னிட்டதுதான். மனத்தை யாரும் ஏமாற்ற முடியாது. காரணம், அதுவே மனச்சாட்சியாக இருக்கிறது.

மனத்தைக் கடவுள் அறிவார்.

11
தியானம் – எங்கே, எப்போது, எப்படிச் செய்வது?

பொதுவாக, உடற்பயிற்சி செய்வதற்கும், யோகாசனம், பிராணாயாமம் செய்வதற்கும் ஏற்ற காலம் என்றால், அதிகாலை மற்றும் மாலை வேளைகள்தான்.

அதிகாலை 4 மணி முதல் 6 மணிவரை பிரம்ம முகூர்த்தம். மாலை 5 மணி முதல் 7 மணி வரை சந்தியா வேளை.

இந்த வேளைகளில், காற்றில் ஒருவகைத் தாதுப்பொருள் கலந்திருக்கிறது. 'சுப்ரீம் கான்ஷியஸ் எனர்ஜி' எனப்படும் இந்தச் சக்தி மிகுந்த காற்று, நமது உயிர் ஆற்றலைப் பெருக்கி, நம்மை ஆரோக்கியமாகவும், உற்சாகமாகவும் நீடு வாழ வைக்கிறது.

ஆக, இந்தச் சமயத்தில் தியானம் செய்வது ஏற்றதே. பகல் பொழுதும், இரவுப் பொழுதும் சந்திக்கும் நேரம், ஒரு புதுமையான பொழுதாக புலப்படும். அது, பிரித்துக் காண முடியாத ஒரு ஏகாந்த காலம். அனுபவித்தே உணரத்தக்கது.

காலைப் பொழுது, படைப்புகள் வெளிப்படும் நேரம். மாலைப் பொழுது, அன்பு வெளிப்படும் நேரம்.

காலை நேரத்தில், புதுப்புதுச் சிந்தனைகளும், புதுப்புதுத் திட்டங்களும், மனத்தில் தோன்றி நம்மை உற்சாகப் படுத்தும்.

மாலைப் பொழுது, படைப்புக்களை ரசிப்பதற்கு ஏற்ற நேரம். மனத்தில் மகிழ்ச்சி தானே புறப்படும். உறவுகளைத் தேடுவதும், அன்பைப் பரிமாறிக்கொள்வதும், விருப்பமாக இருக்கும் நேரம்.

அதனால்தான், சினிமா, பார்க், கடற்கரை என்று, மாலை நேரங்களில் கூட்டம் அலைமோதுகிறது.

காலை, மாலை - இரண்டு வேளையும், யோகாசனங்கள் செய்ய வேண்டும். காலை, மாலை - இரண்டு வேளையும், பிராணாயாமம் செய்ய வேண்டும். அதுபோல், காலை, மாலை - இரண்டு வேளையும், தியானம் செய்ய வேண்டும்.

எங்கே தியானம் செய்வது?

தியானம் எங்கும் செய்யலாம், வழக்கத்தில் வந்துவிட்டால். அதுவரை, தனிமையில் மட்டுமே செய்ய வேண்டும்.

சாதாரணமாக, வீட்டிலேயே சத்தம் வாராத ஒரு தனி இடத்தைத் தேர்ந்து எடுத்துக்கொண்டு. தியானத்தில் அமரலாம். சிலரது வீட்டில், ஏதேனும் சந்தடி நிகழ்ந்துகொண்டே இருக்கும். தொலைக்காட்சி, வானொலிப் பெட்டி ஒலிகள் கேட்டுக்கொண்டே இருக்கும்.

அவை, நம் கவனத்தை நிச்சயம் சிதறடிக்கும். அதுபோன்ற தருணங் களில், ஆள்கள் நடமாட்டம் இல்லாத மொட்டை மாடிகளில் சென்று தியானம் புரியலாம். அங்கும் இடையூறுகள் இருப்பின், வீட்டைவிட்டு வெளியே சென்று, அருகாமையில் உள்ள பார்க்குகள் அல்லது ஊரைத் தாண்டி உள்ள மரத்தடிகளில் சென்று அமர்ந்து புரியலாம்.

கோயிலுக்குச் சென்று தியானம் புரிந்தால் இன்னும் நல்லது. கோயிலுக்கு வருபவர்கள், பெரும்பாலும் அமைதியைக் கடைப்பிடிப் பார்கள். பேசிக்கொண்டு வருவோர்கூட, நாம் தியானம் புரிவதைப் பார்த்ததும், தங்கள் குரலைத் தாழ்த்திக்கொள்வார்கள். பேச்சைக்கூட நிறுத்திக்கொண்டு ஒத்துழைப்புத் தருவோரும் உண்டு.

கோயிலுக்கு வருவோர், வெளி உலகில் எப்படிப்பட்டவர்களாக இருந்தாலும், உள்ளே வரும்போது மட்டும், தங்கள் மனத்தைத் தூய்மைப்படுத்திக்கொண்டு வருவார்கள் என்பது நிச்சயம்.

தீயவர்கள்கூட, கோயிலுக்குள் வரும்போது, தங்கள் மனச்சாட்சிக்கு மதிப்புக் கொடுத்து, கொஞ்சம் நல்லவர்களாக மாறிக்கொள்வார்கள்.

கோயிலின் பிராகாரங்களும், சிற்பங்களும் இறை நம்பிக்கையோடு கட்டப்பட்டவை. இறைச் சக்தியை, வேத விற்பன்னர்கள் உரிய சாஸ்திர சம்பிராயங்களுடன், பூஜை புனஸ்காரங்களுடன் ஸ்தாபித்திருக் கிறார்கள்.

கும்பாபிஷேகம் என்பதே இறை அருளை, பிரபஞ்சப் பேரொளியை, கோயிலுக்குள் நிலைத்து இருக்குமாறு செய்யப்படும் ஐதீகம் ஆகும். கும்பம் என்றால், உள்ளடக்குவது என்று பொருளாகும்.

வாசி யோகமாகிய பிரணாயாமக் கலையில், ‘பூரகம்’, ‘கும்பகம்’, ‘ரேஷகம்’ என்ற மூன்று நிலைகள் உள்ளன.

உள்ளிழுக்கும் சுவாசத்துக்கு, ‘பூரகம்’ என்று பெயர். வெளியிடும் சுவாசத்துக்கு, ‘ரேஷகம்’ என்று பெயர். உள்ளே நிறுத்திவைக்கும் சுவாசத்துக்கு, ‘கும்பகம்’ என்று பெயர்.

கும்பகத்தில்தான், பிராண சக்தி உள்ளே நிறுத்தி வைக்கப்பட்டு, உடலுக்குள் ஜீவ சக்தி பெருக்கப்படுகிறது. கும்பகத்தின்போதுதான், ஒவ்வொரு உடல் அணுக்களும் புதுப்பிக்கப்படுகின்றன. உடலின் நோய்க் கிருமிகள் யாவும் அகற்றப்படுகின்றன. எதிர்மறைச் சக்திகளும் வெளியேற்றப்படுகின்றன. உடல், ஆரோக்கியம் பெருகிறது. இளமையும் நீடிக்கிறது. நோய்கள் யாவும் குணம் ஆகின்றன.

மனித உடலுக்கு, ஆரோக்கியத்தின் பொருட்டு செய்யப்படும் 'கும்பகமே', மனிதர்கள் ஒன்றுகூடும் கோயில்களுக்கும் செய்யப்படுகிறது.

மனிதர்கள், காற்றை உள் அடக்கி கும்பகம் செய்கிறார்கள். சிவாச்சாரி யார்கள், இறைச் சக்தியை உள் அடக்கி கோயிலுக்கு கும்ப அபிஷேகம் செய்கிறார்கள். இதுவே, 'கும்பாகி(பி)ஷேகம்' என்றாயிற்று. திரு ஞானசம்பந்தர், இதைப் பெருஞ்சாந்திப் பெருவிழா என்று கூறுகிறார்.

அந்தச் சக்தியே, அதிர்வுகளாகக் கோயில்களுக்குள் நிரந்தரமாகக் குடிகொண்டிருக்கிறது. அந்த அதிர்வுகள் நிலவுவதால்தான், கோயில் களுக்குள் செல்லும்போது, நம் மனத்தில் உள்ள வேண்டாத எண்ணங்கள் மறைந்து, இனம் தெரியாத அமைதி நிலவுகிறது. ஏதோ ஒரு நல்ல சக்தி, தீமைகளிடம் இருந்து நம் மனத்தைத் தடுத்துக் கொண்டிருப்பதை ஒவ்வொருவரும் உணர முடிகிறது.

அதனால்தான், கோயிலுக்குச் செல்பவர்கள், மனத்துக்கு நிம்மதியாக இருக்கிறது என்பதை ஒப்புக்கொள்கிறார்கள். அது ஒரு அனுபவபூர்வ மான உண்மை. நாத்திகர்கள்கூட அதை அனுபவிக்க முடியும்.

தியானம் செய்வது எப்படி?

நான் ஏன் பிறந்தேன்? தினமும், எனக்கு ஏன் இந்தத் துன்பங்கள்? மற்ற வர்களுக்கு ஏன் இப்படிப்பட்ட அவலங்கள்? என்று எண்ணும்போது தான், நாம் தியானத்துக்கு தகுதி உள்ளவர்களாக ஆகிறோம்.

நாம் எதைத் தேடுகிறோமோ, அதைக் கண்டு அடைவோம். அது நிச்சயம். நம்மைக் குறித்த ஆராய்ச்சிகள், நமது மூலாதாரத்தில் துவங்கு கின்றன. அந்த மூலதாரத்தைத்தான் 'நாதப் பிரம்மம்' என்றார்கள் மெய்ஞானிகள். அதைப் பிரபஞ்ச ஊற்று என்கிறார்கள் ஞானிகள். நம் மனத்துக்கும் இந்தப் பிரபஞ்சத்துக்கும் ஒரு தொடர்பு உண்டு.

விஞ்ஞானங்கள் அனைத்தின் பின்னணியிலும் ஒரு மெய்ஞானம் உண்டு. ஒவ்வொரு மெய்ஞானத்தின் பின்னணியிலும் ஒரு விஞ்ஞானம் உண்டு.

தினமும் எழுந்தவுடன், பலவிதப் பிரச்னைகள் நம் வாழ்வில் எழுகின்றன. எந்த ஒரு பிரச்னையாக இருந்தாலும், அது 'நான்' என்ற எண்ணத்தை முன்னிட்டே எழுகிறது.

புற உடலுக்கு உள்ளே ஒரு அக உடல் உள்ளது. அதுவே ஆத்மா. அந்த ஆத்மா, நமக்காக உதவக் காத்திருக்கிறது. நம்மை நமக்கு அறிவுறுத்தி, நம்மை மேன்மை அடையவைக்கிறது.

முன்னோர்கள், அதைத்தான் 'தத்வமசி' என்று சொல்லிச் சென்றார்கள்.

'தத்' என்றால், அது. 'துவம்' என்றால் நீ. 'அசி' என்றால், ஆகிறாய் என்று பொருள்.

அதாவது, 'நீ அதுவாகவே ஆகிறாய்' என்று பொருள்.

'நீயே அது'. எது?

அதுவாகிய அந்த மாபெரும் பரம்பொருள். அதை நினைத்தால், அதுவாகவே ஆகிவிடுவாய்.

ஆங்கிலத்தில், "As a man thinketh in his heart, so is he" என்று சொல் வார்கள். இது, பைபிளில் உள்ள பொன்மொழி. அதாவது, எண்ணங்கள் தான் மனிதனை உருவாக்குகின்றன.

எண்ணங்கள், ஒன்றுக்கொன்று தொடர்புடையன. நல்ல எண்ணங்கள் நல்ல எண்ணங்களோடும், கெட்ட எண்ணங்கள் கெட்ட எண்ணங் களோடும், கூட்டுவைத்துக்கொள்கின்றன.

நல்லவர்கள் ஒன்றுகூடுவதும்,கெட்டவர்கள் ஒன்றுகூடுவதும் உலகின் இயல்பு. நல்லவர்கள், நல்லவர்களோடு மட்டும் ஒன்றுகூடி இருக்க வேண்டும். அவர்களுக்கு இடையே தீயவர்கள் புகுந்துவிடக் கூடாது என்ற நோக்கத்தில்தான், 'சத் சங்கங்கள் 'தோற்றுவிக்கப்பட்டன.

பன்னிரு திருமுறைக் கூட்டமைப்பு, தைப்பூச, பங்குனி உத்திர பாத யாத்திரைக் குழு, சிவனடியார் திருக் கூட்டம், வள்ளலர் தொண்டு நிறுவனம், பக்த ஜன சபா, தரும பரிபாலனச் சங்கம், ஆண்டாள் கோஷ்டி, கிருஷ்ண கான சபா, வேத பாராயண மன்றம், அன்னதான அறக்கட்டளை, பெந்தகோஸ்தே, மாரநாதா கிறித்துவ தேவ சபை, இஸ்லாமியப் பெருமன்றம் போன்ற அமைப்புகளை, 'சத் சங்கங்' களுக்கு உதாரணமாகச் சொல்லலாம்.

இச்சங்கத்தவர்கள், ஒருமித்த கருத்து உடையவர்களாக இருப்பார்கள். இவர்கள், தங்கள் கொள்கைகளுக்கு மாறானவர்கள் மட்டும் அல்ல; தங்கள் கருத்துகளில் ஈடுபாடு அற்றவர்களைக்கூட உள்ளே சேர்த்துக் கொள்ள மாட்டார்கள். காரணம், அவர்களிடம் நிலையான ஒற்றுமை இருக்க வேண்டும். அதிலே, சிறு பிளவுகள்கூட ஏற்பட்டுவிடக் கூடாது என்பதில் திடமாக இருப்பார்கள். அந்நியர்கள், இக்கூட்டமைப்புக்கு உள்ளே நுழைய முடியாது.

அதாவது, சத் சங்கத்தில் இருப்பவர்கள், உடலாலும் வயதாலும் மட்டுமே மாறுபட்டிருப்பார்கள். மற்றபடி, அனைவரது மனத்திலும், அவர்கள் இருக்கும் சபைக்குரிய எண்ணங்கள் மட்டுமே நிலைத் திருக்கும். அதில், ஒருவருக்கு ஒருவரிடம் மாறுபாடுகள்கூடத் தோன்றாது.

'தத்துவம்' என்றால், ஒரு முடிவான முடிவைச் சொல்லும் பொருள். அதாவது, ஒவ்வொரு பொருளுக்கும் உள்ள உண்மைத் தன்மை.

உன்னை எடுத்துக்கொண்டால், நீ ஒரு தத்தும். ஒரு உண்மைப் பொருள் உடையவன். உனக்கு உள்ளிருக்கும் உண்மைப் பொருள். அந்த உண்மைப் பொருள்தான், ஒவ்வொரு பொருள்களிலும் உள்ளது. அப்படியே படர்ந்துகொண்டே சென்று, அனைத்துமாக இருக்கிறது. அதாவது, அண்டமாகவும் இருக்கிறது.

இந்த உண்மையை உணர்ந்துகொண்டால், அந்த உண்மைப் பொருளுக் குரிய சித்தர்களாக நாமும் மாறிவிடுவோம். சித்தர்கள் அப்படித்தான் உருவானார்கள்.

நாம் ஏற்கெனவே தியானத்தில்தான் இருந்தோம். ஆம். ஒவ்வொரு வரும், நம் தாயின் கருவறையில் இருக்கும்போதே நம் தியானத்தைத் துவக்கிவிட்டோம். இது நமக்கே தெரியாத உண்மை.

'என்று நீ, அன்று நான்' என்றார், திரு நாவுக்கரசர்.

இந்த உயிர் என்று தோன்றியதோ, அன்றே நமக்காக இறைவனும் இருக்கிறான்.

உயிர் இல்லாமல், பிறப்பு இல்லை. பிறப்பு இல்லாமல், இன்ப துன்பங்கள் ஆகிய வினைகளும் இல்லை. இன்ப துன்ப வினைகள் இல்லாமல், தேடலும் இல்லை. தேடல் இல்லாமல், தியானமும் இல்லை.

கருவறையில் எப்படி இருந்தோம்? மௌனமாக இருந்தோம். பிறந்தோம். மௌனத்தை மறந்தோம். பிரச்னைகள், நம்மைப் படுத்தி எடுக்கின்றன.

பசித்திருந்தோம், பயந்தோம், குழம்பினோம், விழுந்தோம், விரக்தி யுற்றோம், துன்புற்றோம், தூக்கம் கெட்டோம், நிம்மதி இழந்தோம்... விட்டால் போதும் சாமி என்று, இப்போது விடுதலையைத் தேடு கிறோம்.

பிறக்கும்போதும் அழுகிறோம். இறக்கும்போதும் அழுகிறோம். தோன்றிய நிலைக்கே மீண்டும் சென்று மறைகிறோம். புள்ளியில் துவங்கி புள்ளியில் முடிகிறோம்.

கருவறையில், வாய்மூடிக் கிடந்தோம். மரணத்தில் விளிம்பிலும், மௌனம் சாதிக்கிறோம்.

துவக்கத்தில் வந்த தியானம், வளர்ந்த காலத்தில் தலைமறைவாகி, இறுதிக் காலத்தில் மட்டும் வந்து முன் நிற்கிறதே. இத்தனை காலமும் எங்கே போயிற்று?

எங்கும் போகவில்லை. நம்மிடமேதான் இருந்துகொண்டிருந்தது. நாம்தான், அதைக் கண்டுகொள்ளத் தவறிவிட்டோம்.

'தட்டுங்கள், திறக்கப்படும். கேளுங்கள், தரப்படும்'என்றார், இயேசு கிறிஸ்து.

நாம், நம் மனக் கதவைத் தட்டினால்தானே. எங்கே, திறந்தால் நம்மை நமக்கே அது அடையாளம் காட்டிவிடுமோ என்று அஞ்சிவிட்டோம். நம்மைப் பற்றித் தெரிந்துகொள்வதற்கே நமக்கு அச்சம். நம்மை நாமே ஏமாற்றிக்கொண்டு வாழ்ந்தோம், இஷ்டத்துக்கு.

கதவு இல்லாத வீடுபோல், நமது மனத்துக்குள் வேண்டாத எண்ணங்கள் வந்து புகுந்துவிட்டன.

அது, 'குத்தும்'போதும் 'குடையும்'போதும், புழுவாகத் துடிக்கிறோம். 'குய்யோ முறையோ' என்று கோயில் கோயிலாக ஓடுகிறோம்.

'நட்ட கல்லும் பேசுமோ, நாதன் உள்ளிருக்கையில்', 'கடவுளும் கண் திறக்கவில்லையே' என்று கதறுகிறோம். 'கடவுளுக்குக் கண்ணே இல்லை' என்று கட்டியம் வேறு கூறத் துவங்கிவிட்டோம். என்ன செய்வது?

'இருக்கும் இடத்தைவிட்டு, இல்லாத இடம் தேடி, எங்கெங்கோ அலைகிறார் ஞானத்தங்கமே. அவர், ஏதும் அறியாரடி ஞானத் தங்கமே' என்கிறது, பழம் பாடல் ஒன்று.

கண் எதிரே உள்ள கடவுளைக் காணாமல் கண்களை மூடிக்கொண்டால், கடவுளே 'குட்பை' சொல்லிவிட்டுப் போய்விடுவார். இதுதான், நாம் நம் தியானத்தைத் தவறவிட்ட உண்மை நிலை...

'நான்... நான்... நான்...', 'எனது... எனது... எனது...' என்ற ஆணவப் பேய்களைப் பிடித்துக்கொண்டு அலைந்தோம்.

'சட்டி சுட்டதடா... கை விட்டதடா...'

தவறை உணர்ந்துவிட்டோம். இன்றைக்கு அந்தப் பேய்களை ஓட்ட வழிதேடி அலைகிறோம்.

நமக்காக, நம்முள் காத்துக்கொண்டிருக்கும் தியானக் கதவுகளைத் திறக்கப்போகிறோம். கதவைத் திறப்பது எப்படி? திறந்தாக வேண்டும் என்ற வேட்கை உள்ளவன், திறந்துவிடுவான்.

பூட்டியுள்ள கதவைத் திறப்பதற்கு, பள்ளிக்கூடமா போக வேண்டும்? பட்டங்களா பெற வேண்டும்? கண்களை மூடி உட்காருவதற்குப் பள்ளிக்கூடம் எதற்கு, பட்டங்கள் எதற்கு?

'இமைப்பொழுதும் என் நெஞ்சில் நீங்காதான்...' என்று இறைவனைப் பற்றிச் சொல்கிறார் மணிவாசகர்.

அதற்கு, சற்றேனும் இமைகளை மூடிப் பார்த்தால்தானே தெரியும்?

நமக்கு, அதற்கெல்லாம் நேரம் இல்லை என்றால், தியானத்தின் பலன் களைப் பெறுதற்கும் தகுதி இல்லை.

ஒரு நாளைக்கு 24 மணி நேரங்கள். அதாவது, 1440 நிமிடங்கள். தூங்கு வதற்கு 8 மணிநேரம் (480 நிமிடங்கள்), உழைப்புக்கு 8 மணி நேரம் (480 நிமிடங்கள்), காலை மாலைக் கடன்கள், அலுவலகப் பயணம் என்று 4 மணி நேரம் (240 நிமிடங்கள்), 2 மணி நேரத்தை (120 நிமிடங்கள்), உணவு இடைவேளைக்கு ஒதுக்கலாம். மீதம் உள்ள 2 மணி நேரத்தில், வெட்டிப் பேச்சுக்குக்கூட 1 மணி நேரத்தை (60 நிமிடங்கள்) ஒதுக்க லாம். கடைசியாக, 1 மணி நேரம் (60 நிமிடங்கள்) உள்ளது.

இந்த நேரத்தை, நீங்கள் நினைத்தால் மிக மிக அற்புதமாகப் பயன் படுத்தலாம். யோகாசனம் செய்வதற்கு 20 நிமிடங்கள். தியானத்துக்கு 20 நிமிடங்கள். அதற்கு மேலும்கூட, 20 நிமிடங்கள் இருக்கின்றன.

அப்படியும் என்னால் முடியவில்லை என்றால், நீங்கள் எதற்குமே தகுதி இல்லை என்பதே பொருள். உங்களை யாராலும் காப்பாற்ற முடியாது, கடவுள் உள்பட.

ஏனென்றால், கடவுளையே கும்பிட்டுக்கொண்டிருந்தால்கூட பயன் இல்லை. அதிலும் புத்திசாலித்தனம் வேண்டும்.

மந்திர ஜெபமும், தியானமும்

இயல்பாக, இயற்கைக்குச் சாட்சியாக, பேசாமல் கண்களை மூடி அமர்ந்து இருப்பதே, சரியான தியானம் ஆகும்.

இறைவனின் பெயரை மனத்தில் உச்சாடனம் செய்தபடி, அமர்ந்து இருப்பதும் ஒரு தியானம். இது பக்திவயப்பட்ட தியானம்.

ஒரு மந்திர வார்த்தையை மட்டும் சதா மனத்துக்குள் உச்சரித்தபடி அமர்ந்திருப்பதும் ஒரு தியான முறை ஆகும். இதை, மகரிஷி மகேஷ் யோகி பிரபலப்படுத்தி இருக்கிறார்.

பதஞ்சலி யோக சூத்திரத்தில் இருந்து ஒரு வார்த்தையை எடுத்து, தியானத்தில் அமர்வோர் காதில், குருவானவர் சொல்லி தீட்சை

வழங்குவார். அந்த மந்திர வார்த்தையை, இடைவிடாது மனத்தில் சொல்லிக்கொண்டே இருக்க வேண்டும். அப்படி இருந்து பழகினால், எண்ணங்கள் யாவும் கடந்த ஒரு உயர்நிலை சித்திக்கும். நாம் தரையில் அமர்ந்திருப்பதே தெரியாத அந்தர நிலை, அனுபவப்படும்.

இப்படி, எத்தனையோ முறைகள் உள்ளன. ஆனால், எல்லாவற்றிலும் மேலானது, பேசாமல் கண்களை மூடி உட்காருவதுதான்.

பக்தியோடு இருப்போருக்கு, இந்தத் தியான முறை அபரிமிதமான பலன்களை அளிப்பது நிச்சயம். அதை, யாரும் யாருக்கும் விளக்கிக் கூற முடியாது. அவரவர்கள் அனுபவித்து உணர வேண்டிய விஷயம்.

வீணாகும் நேரங்களில் தியானம்

தினமும் படுக்கைக்குச் செல்வதற்கு முன், இன்றைய தினம் எவ்வளவு நேரத்தை வீணாக்கி இருக்கிறோம் என்று ஒரு கணம் சிந்தித்துப் பாருங்கள்.

தொலைக்காட்சியில்தான் அதிக நேரம் செலவாகிறது. தொலைக் காட்சியில், காண்போரைக் கவரும்வகையில், மனத்தைப் பாதிக்கும் விஷயங்களை வியாபார நிமித்தம் புகுத்துகிறார்கள். நல்ல விஷயங்கள் மனத்தில் பதிவது சற்றே கடினம். ஆனால், தீய விஷயங்கள் மனத்தில் எளிதில் பதிந்துவிடும்.

பொதுவாக, பள்ளிப் பாடங்கள் மனத்தில் சீக்கிரமாகப் பதியாது. மனனப் பாடங்கள், பல நாள்கள் பயிற்சிக்குப் பிறகே மனத்தில் பதியும். ஆனால், மனத்தைப் பாதிக்கும் தீய விஷயங்கள், பட்ட மாத்திரத்திலேயே பசுமரத்து ஆணிபோல் மனத்தில் பதிந்துபோய் விடுகிறது.

இதைக் கருத்தில்கொண்டேதான், இன்றையத் திரைப்படங்கள், தொலைக்காட்சித் தொடர்கள் மற்றும் விளம்பரப் படங்கள் தயாரிக்கப் படுகின்றன.

திரைப்படப் பாடல் வரிகள், உடனுக்குடன் மனத்தில் பதிந்து விடுகிறதே, அது எப்படி? யோசிக்க வேண்டும்.

மக்கள் மனத்தைக் கெடுக்க வேண்டும் என்று திட்டமிட்டே, மக்கள் தொடர்புச் சாதனங்கள் செயல்படுகின்றன. ஏனென்றால், ஒரு 'எதிர் மறையான' காட்சி மூலம், மக்கள் மனத்தைப் பாதிக்கச் செய்து விட்டால், அவர்களே பல பேருக்கு அதை எடுத்துச் சொல்வார்கள். அதனால், பலரும் அதைப் பார்ப்பார்கள். அதனால், தங்கள் படைப்பு எளிதில் மக்கள் மனத்தைச் சென்று அடையும் என்ற உள் நோக்கம்தான் காரணம்.

ஒரு திருமணத்துக்குச் செல்கிறோம். திருமணம் என்பது, குழந்தைகள் முதல் பெரியோர்வரை, எல்லோருமே சென்று கலந்துகொள்ளும் ஒரு புனித விழா.

பெரியோர்களுக்குத் தெரியும், தங்களுக்கும் முதலிரவு அனுபவம் இருப்பதால். ஆனால், சிறுவர் சிறுமியர்க்கும், பருவ வயதினருக்கும், மனத்தில் சலனத்தை ஏற்படுத்திவிடும் அளவுக்கு, முதலிரவுக் காட்சி களைத் திரைப்படங்களில் காட்டத் துவங்கிவிட்டார்கள்.

முதலிரவு குறித்த கற்பனைகளில் மிதக்கும் சிறார்களும், பருவ வயதினரும், மணவிழாக்களில் காணும் மண மக்களை, 'உடல் சேர்க்கை' நோக்கிலேயேதான் பார்க்கிறார்கள். மணமக்களின் அந்தரங்க வாழ்க்கையை வெளிச்சம் போட்டுக் காட்டி, வளரும் பிராயத்தினரின் மனத்தைக் கெடுத்த பெருமை, இந்த 'மீடியாக்களை'யே சாரும்.

தொலைக்காட்சிகளால் நமது நேரம் நிறையவே வீணடிக்கப்படுகிறது. திரைப்படங்களில் வரும் வன்முறைக் காட்சிகள், படம் பார்ப்போர் மனத்தில் ஆழமானப் பாதிப்பை ஏற்படுத்துகின்றன. தனது மானசீக மான கதாநாயகன், படத்தில் போடும் சண்டைக் காட்சிகள், மனத்தில் ஊறிப்போய், படம் விட்டு வெளியே வரும்போது, தானும் தனது சக்தியைப் பிரயோகித்து மற்றவர்களைப் பந்தாடலாமா என்றே நினைக்கிறான்.

வீட்டிலோ, வெளியிலோ பிரச்னை வரும்போது, எதிர்ப்பை நாயகன் பாணியிலேயே காட்டி, பெரிய தலைவலியை ஏற்படுத்திவிடுகிறார்கள்.

சில திரைப்படங்களில், போலீஸ்காரர்களையே கதாநாயகன் பந்தாடுவதுபோல் காட்டி இருப்பார்கள். அதை மனத்தில் வைத்துக் கொண்டு, சில சந்தர்ப்பங்களில் போலீஸ்காரர்களிடமே வாலாட்டி, வசமாக மாட்டிக்கொள்வார்கள் 'இந்த' ரசிகர்கள்.

கூடுமானவரை, நல்ல திரைப்படங்களை மட்டும் பார்ப்பது நலம். நல்ல தொடர்களை மட்டும் பார்ப்பதும் நலம். மற்றபடி, இவற்றைப் பார்க்காமல் இருப்பதோ, நலத்திலும் நலம்.

மற்றவர்களுடன் பேசுவதிலும், நமது சக்தி அநாவசியமாக வீணாகிறது. இன்றைக்கு, இளைஞர்களும், நடுத்தர வயதினரும், மது அருந்துவதில் தங்கள் நேரத்தை மிகுதியாகவே செலவிடுகிறார்கள்.

மாலை வேளைகளில், பணி முடிந்து வீடு திரும்பும் வழியில், மதுக் கடைகளில் உள்ள 'பார்'களுக்குள் தஞ்சம் புகுந்துவிடுகிறார்கள். மணிக்

கணக்கில் மதுவை அருந்தியபடியே, வேண்டாத விஷயங்களை எல்லாம் பேசுகிறார்கள்.

பொதுவாக, மது அருந்தியிருக்கும்போது நல்ல விஷயங்களைப் பேச மனம் வராது. தீய விஷயங்களிலும், பிறர் நலனைக் கெடுக்கும் விஷயங்களிலும், சதிகளிலும் மனது ஈடுபடும்.

தமக்கு வேண்டாதவர்கள் என்று கருதுவோர் குறித்து, சதித் திட்டங்கள் தீட்டுவதற்கு, இதுபோன்ற 'பார்'களே பாசறைகளாகப் பயன்படு கின்றன. அடுத்தவன் மனைவியை அடையக்கூட, அங்கே அமர்ந்து கொண்டு வழிகளைத் தேடுகிறார்கள். தொழில் போட்டியாளர் களையும், வியாபாரப் போட்டியாளர்களையும் வீழ்த்துவதற்குக் குழி பறிக்கும் பாசறைகள், இந்த 'பார்கள்'.

அலுவலகத்தில், பொறுப்புணர்ச்சியோடு வேலை பார்ப்போரின் கால் களை வாரும் வேலைகளும், இந்த 'பார் பாசறைகளின்' உள்ளேதான் உருவாகின்றன.

வாழ்க்கையில், வேலை நேரம், குடும்பக் கடமை போக, மீதமுள்ள நேரம் மிகமிகக் குறைவு. இருக்கின்ற நேரத்தை பயனுள்ளதாக்கி, தனது உடல் நலத்தையும், மன நலத்தையும் பேணி, தனது குடும்பத்துக்கும் பயனுள்ள மனிதராக மாறிக்கொள்ள உதவுவது தியானம் மட்டுமே ஆகும்.

தியானம், ஒவ்வொரு மனிதனுக்கும் தேவையானது. சேதாரம் இல்லாமல் வாழ்க்கை நல்லவிதமாக நிறைவை அடையும் மார்க்கம் தருவது, தியானம் ஆகும்.

12

நல்ல எண்ணங்களும், தியானமும்

நல்ல எண்ணங்கள் இருந்தால், அதுவே ஒரு நிலையான தியானத்தை நம்முள் நடத்திக்கொண்டு இருக்கும்.

வள்ளலார் இராமலிங்க அடிகள் பாடுகிறார்.

> 'தன்னை அறிந்து இன்பமுற - வெண்ணிலாவே
> ஒரு தந்திரம் நீ சொல்ல வேண்டும் வெண்ணிலாவே'

தன்னை அறியாத வரையில், அவன் தீயவனாக இருக்கிறான். தன்னை அறிந்துவிட்டால், அவன் நல்லவனாகி விடுகிறான். அதனால்தான், வள்ளலார் தன்னை அறிய விரும்புகிறார்.

வாழ்க்கையில், 'நல்லவனாக, மிக மிக நல்லவனாக' வாழ்ந்துவிட்டால் அதுவே போதும்.

நமது எல்லாச் செயல்களும் மனத்தில் இருந்துதான் கிளம்புகின்றன. அவை எண்ணங்களாகவே தோன்றுகின்றன. நமது எல்லாவகையான குணநலன்களுக்கும் காரணம், நமது எண்ணங்களே.

புற உலகில், நாம் அனுபவிக்கும் வெற்றி தோல்விகளுக்கும், நமது எண்ணங்களே காரணமாகும்.

வாழ்க்கையை மகிழ்ச்சியாக வைத்துக்கொள்ள, பணம் காசு மட்டும் தேவை இல்லை. பணம் காசு இல்லாமல்கூட மகிழ்ச்சியாக இருக்கலாம்.

ஆனால், பணத்தையே கதி என்று பணத்தைக் கட்டிப் பிடித்துக்கொண்டு கிடந்தால், மகிழ்ச்சி மட்டும் அல்ல, நிம்மதி மட்டுமல்ல, தூக்கமும் சேர்ந்தே நம்மை விட்டுப்போய்விடும். நினைவில் வைத்துக் கொள்ளுங்கள்.

பணமே கதி என்று ஆகிவிட்டால், நாமே வழியச் சென்று, நமது மகிழ்ச்சியையும், நிம்மதியையும் தூரப் போட்டுவிடுகிறோம்.

நிம்மதியான தூக்கம் உள்ளவர்களுக்கு, ரத்த அழுத்தம் எட்டிக்கூடப் பார்ப்பதில்லை. பணம் பண்ணும் வேட்கையில் இருப்பவர்கள்,

பக்கத்திலேயே ரத்த அழுத்தத்தைச் சீராக்கும் மாத்திரைகளை வைத் திருப்பார்கள். வெற்றிலை பாக்குக்காக, அந்தக் காலத்தில் டப்பாக் களை வைத்திருந்தார்கள். இப்போது, மருந்து மாத்திரைகளை வைத் திருக்கிறார்கள். எப்போதும், அதைக் கக்கத்திலேயே வைத்துகொண்டு சுமந்து திரிகிறார்கள்.

ரத்த அழுத்தத்தை, மாத்திரைகளைக் கொண்டு கட்டுப்படுத்துவது செயற்கை வைத்தியம் ஆகும். அது, நமது ரத்தத்தையே கெடுத்துவிடும். நம் இதயத்தையும் கெடுத்துவிடும். ரத்தம் பாயக்கூடிய எல்லா உள் அவயங்களையும் கெடுத்துவிடும். ஒருநாள், மொத்தமாகப் போட்டு படுக்க வைத்துவிடும். அப்போது, பணம் எவ்வளவு கொடுத்தாலும் உதவாது.

எல்லாவகை அறுவைச் சிகிச்சைகளையும் செய்துகொண்ட பிறகு, 'கடவுள்தான் காப்பாற்ற வேண்டும்' என்று, மருத்துவ உலகமும் கடைசியாகக் கைவிரித்துவிடும்.

கண்களை மூடி, தினமும் சில நிமிடங்கள் தியானம் செய்து வாருங் களேன், அதுபோதும். அதுவே, இயற்கை வைத்தியம் ஆகிவிடும். இயற்கை வைத்தியம், நமது ரத்தத்தோடு அத்தனை அவயங்களையும் சேர்த்தே ஆரோக்கியமாக வைத்திருக்கும்.

பணத்தாசை வந்துவிட்டால், நியாயம், நீதி நம்மைவிட்டுப் போய் விடும். பணத்துக்காக, எதையும் செய்யும் தைரியம் வந்துவிடும்.

ஏனென்றால், பணம் பண்ணும் மார்க்கத்தில் நமக்கு போட்டிகள் வந்து விடும். போட்டிகளை வெல்வதற்கு நம் பண பலத்தை மிகைப்படுத்த வேண்டிய கட்டாயமும் ஏற்பட்டுவிடும்.

பண பலத்தை உடனடியாக மிகைப்படுத்த வேண்டும் என்றால், நியாய மான வழி உதவாது. சராசரி வருமானம் போதுமானதாகாது. தப்பான வழிகளில் போனால்தான், பணம் பண்ண முடியும். அது ஒருநாள் நிச்சயம் குற்றவாளியாக்கிவிடும். குறுக்கு வழியில்போனால், வாழ்க்கை தடம்புரண்டு தண்டனைப் படுகுழியில் கொண்டுபோய் தள்ளிவிடும்.

அட்டாங்க யோகத்தில், ஒவ்வொரு மனிதனுக்கும் லட்சியம் தேவை என்று சொல்லப்பட்டுள்ளது. இயமம், நியமம், ஆசனம், பிராணாயாமம், பிரத்தியாகாரம், தாரணை, தியானம், சாமாதி என்று எட்டு வகையான யோகங்கள்.

இதிலே, தாரணை என்பது நாம் ஏற்படுத்திக்கொள்ளும் லட்சியத்தைப் பற்றிச் சொல்கிறது. லட்சியம் வேண்டும். எதையாவது சாதிக்க வேண்டும் என்ற கனவு வேண்டும். அது இல்லாவிட்டால், வாழ்க்கை பாழாகிவிடும்.

ஏதோ ஒரு லட்சியம் தேவை. பெரியதாக இருக்க வேண்டும் என்றில்லை. சாதாரண லட்சியமாகக்கூட இருக்கலாம். குடும்பத் தலைவியாக இருந்தால், பிள்ளைகளை நன்றாக வளர்த்து ஆளாக்க வேண்டும் என்றுகூட கனவு காணலாம்.

எதுவும் இல்லையா? பேசாமல், கடவுளைத் தொழுதுகொண்டே இருந்து, அவரது திருவடிகளில் சேர வேண்டும் என்றே லட்சியம் கொள்ளலாம்.

நீங்கள் ஆசைப்பட்டதை அடையலாம்.

தகுதி இல்லாமல் ஆசை எழுவதில்லை என்கிறார் ஜேம்ஸ் ஆலன் என்ற இங்கிலாந்து சுயமுன்னேற்ற தத்துவ மேதை. இவர் ஞானத்தினாலும், தியானத்தினாலும் தினமும் தன்னைத் தானே மேன்மைப்படுத்திக் கொண்டவர்.

அமெரிக்காவின் பிரபல மனவியல் பேராசிரியர் டேவிட் மெக்கில்லண்ட் என்பவர், 23 ஆண்டுகளாக எண்ணங்களை ஆராய்ச்சி செய்தார்.

ஹார்வேர்டு பல்கலைக் கழகத்திலிருந்து இவர் வெளியிட்ட ஆய்வு, உலகையே திரும்பிப்பார்க்க வைத்தது. சின்னக் குழந்தைகள் முதல் இளைஞர்கள் உள்பட முதியவர்கள் வரை, பலதரப்பட்டவர்களை ஆராய்ந்தார்.

அவர்கள் அனைவரது எண்ணங்களும் ஈடேறுவதைக் கண்டார். அதாவது, ஆசைப்பட்டதை மனிதன் அடைய முடிகிறது என்பதை ஆதாரபூர்வமாக நிரூபித்தார் அவர்.

நமது கனவுகளை நிறைவேற்றிக் கொடுப்பதற்காக, இயற்கை எப்போதும் தயாராகவே இருக்கிறது. நாம், கடவுள் வேறு, இயற்கை வேறு என்று கருதுகிறோம். கடவுள், இயற்கை வடிவமாகவே இருக் கிறார். இயற்கை, கடவுள் வடிவமாக இருக்கிறது. ஆகாயத்தில் தெரி யும் கோள்கள், நட்சத்திரங்கள், இந்த பூமி யாவும் ஒன்றே. எல்லாமே ஒரே அச்சில்தான் சுழல்கின்றன. நம்முடைய ஜீவன், இந்தப் பிரபஞ்ச சக்தியுடன் தொடர்புடையதாக இருக்கிறது என்பதை ஒரு கணம் சிந்தித்தாலே போதும். அவையாவும் நமக்கு உதவுவதை உணரலாம்.

நாம் ஒவ்வொருவரும், ஒருவரை ஒருவர் ஈர்த்துக்கொண்டிருக்கிறோம். யாரும் தனியாக இல்லை. அந்த பரஸ்பரத்தை உணர்ந்துகொண்டால், எவர் மீதும் நமக்குப் பகை உணர்ச்சி வராது. எவர் பகைத்தாலும், அதனால் நாம் பாதிக்கப்படாமல் இருக்கலாம். இருவரும் மோதிக் கொண்டால், இருவருக்குமே பிரச்னை. ஒருவர் விட்டுக்கொடுத்து விட்டால், இருவருக்குமே நல்லது. அது மட்டும் அல்ல, பகைத்தவன் தன் தவறை உணருவான்.

நம்மை, எவர் எவ்வளவு புறம் கூறினாலும் சகித்துக்கொள்ள வேண்டும். திருக்குறள் சொல்லும் நீதி இது. இதை உணரத்தான் நமக்குத் தியானம் தேவை.

என்ன விதை போடுகிறோமோ அந்தப் பயிர்தான் முளைக்கும். இதைச் செய்வது பிரபஞ்ச ஞானம் ஆகும்.

எந்த இன்பம் விளைகிறதோ, எந்தத் துன்பம் விளைகிறதோ, எல்லாம் காரணத்தோடுதான் விளைகின்றன. ஒவ்வொரு நோய்க்கும் ஒருகாரணம் இருக்கிறது.

மொத்தத்தில், நாம் பிறந்திருப்பதற்கு ஒரு காரணம் இருக்கிறது. காரணம் இல்லாமல் பிறக்கவில்லை. என்ன காரணம்? யாருக்குத் தெரியும், அவர் அவரைத் தவிர?

எப்படித் தெரியும் என்று கேட்டுக்கொண்டிருக்க வேண்டாம். பேசாமல், சும்மா போய் உட்காருங்கள். தனியாகப் போய் உட்காருங்கள்.

'சும்மா இரு... சொல்லற...' என்று அருணகிரிநாதர் சொல்லவில்லை. அருணகிரிநாதருக்கு, இறைவன் சொன்னார். அதன்படி இருந்தார் அருணகிரி. அவரே இறை அருளைப் பெற்றார். 'திருப்புகழ்' அற்புதங்களைப் படைத்தார்.

கண்களை மூடிக்கொண்டு சும்மா உட்கார்ந்திருப்பது, வீண் வேலை இல்லை. அது ஒரு அகப் புனர் அமைப்பு. உயிர் இல்லாமல் சும்மா இருப்பது, சவம். உயிரோடு சும்மா இருப்பது, சிவம். அதுவே சமாதி. அட்டாங்க யோகத்தின் அந்தமாக வரும் இறுதி யோகம்.

உலகில் எட்டு அதிசயங்கள் இருக்கின்றன என்கிறார்கள். அவற்றைவி என்னென்னமோ அதிசயங்கள் இருக்கின்றன. ஆனால், எல்லாவற்றையும்விட பெரியஅதிசயம் ஒன்று இருக்கிறது என்றால், அது ஒரு மனிதன் தனக்குள்ளே இறைவனை உணருவதுதான்.

இதைத்தான், நமது சித்தர்களும், யோகிகளும், ஞானிகளும் சொன்னார்கள். இதைத்தான், வேறுவிதமாக தத்துவ ரீதியாகச் சொன்னார், அமெரிக்க மேதை ஜான் கார்ட்னர் . 'நாம் நம்புகிற விஷயத்தில், நாம் காட்டும் ஈடுபாடுதான், மிகப்பெரிய உலக அதிசயம். இவரது கண்ணோட்டத்தில், தியானத்தைப் பற்றி ஒரு கணம் சிந்தித்துப் பாருங்கள்.

கொஞ்சம் நம்பிக்கையோடு, தியானத்தில் அமந்து பாருங்கள் அப்புறம் தெரியும்.

உயர் நிலைத் தியானம்

தியானம் செய்வதற்குத் தகுதி உண்டா?

நிச்சயம் உண்டு. பெரிதாக ஒன்றும் இல்லை. மனம் தூய்மையானதாக இருந்தால் அதுபோதும். மனத்தில் நல்ல எண்ணங்கள் குடியிருந்தால், அதுவே ஒரு அமராத், அதாவது தியானத்தில் அமராமலேயே தியானம் செய்ததுபோல் ஆகிவிடும்.

நல்ல விஷயத்தில் நீங்கள் காட்டும் ஈடுபாடும்கூட தியானம்தான். பிறருக்காக வழியச் சென்று உதவினால், அதுவும் தியானம்தான். தியானத்தின் வடிவாகவே இருந்த அன்னை தெரசாவை ஒரு கணம் எண்ணிப் பாருங்கள். தொழுநோயால், கை கால்களில் சீழ் பிடித்து குமட்டும் நாற்றத்தோடு இருந்த நோயாளியின் அருகில் சென்று அரவணைத்து, வெந்நீரால் அவனது தொழுநோய்ச் சீழ்களை இதமாகக் கழுவிச் சுத்தம் செய்தாரே. அந்த மனப் பக்குவம் யாருக்கு வரும். சற்றே எண்ணிப் பாருங்கள். உயர்ந்த நிலைத் தியானம் அதுவே.

பொதுவாக, தியானம் என்பது அவரவர் தன்னை அறிவதற்கும், மனத்தைப் பக்குவப்படுத்துவதற்கும் உதவும் ஒரு உபாயம். அதுவே, பிறர் படும் துன்பத்தை அறிந்து, அவர்களுக்கு உதவி செய்து, அவர்களது துன்பத்தைக் களைய முற்பட்டால், அது உயர்ந்த நிலைத் தியானமாகிவிடும்.

நாடு அந்நியர்களிடம் சிக்கி அடிமைப்பட்டுக் கிடந்தபோது, தான் உண்டு தன் வேலை உண்டு என்று இருந்துவிடாமல், வரிந்து கட்டிக் கொண்டு போராட்டத்தில் துணிந்து இறங்கினாரே, காந்தி. அந்த மனப் பக்குவம் யாருக்கு வரும்?

தியானமே செய்ய வேண்டாம். உலகத்தில் உள்ள அனைவரும் சுபிட்சம் பெற்று வாழ வேண்டும் என்று எப்போதும் சிந்தித்திருங்கள், அது போதும். அதுவே, மிகப்பெரிய தியானத்துக்கு அடையாளம் என்கிறார் சுவாமி விவேகானந்தர்.

அதே சமயம், தியானத்தில் அமர்வதற்குக்கூட ஒரு யோக்யதை வேண்டும். அடிப்படையில், அவன் ஒரு நல்ல மனிதனாக இருத்தல் வேண்டும். பிறருக்குத் தீங்கு நினையாதவனாக இருத்தல் வேண்டும். அவனுக்குத்தான், தியானமும் சித்திக்கும்.

தான் மட்டும் வளமாக வாழ்ந்தால் போதும் என்ற எண்ணம் உள்ளவனாக இருந்தால், தியானம் அறவே சித்தியாது.

போனால் போகிறது. எனக்கு எதற்குத் தியானம். நான் இந்த உலகத்தில் வசதியாக வாழ வேண்டும். அதற்கு நிறையப் பணம் வேண்டும். சும்மா உட்கார்ந்திருந்தால் என்ன கிடைக்கும். அது ஒரு வீண் செயல். தியானத்தால், நேரம்தான் கழிகிறது என்று அவர்கள் கூறலாம்.

ஆனால், அத்தனைக்கும் அவர்கள் வட்டியும் முதலுமாகத் துன்பங்களை வாங்கிக் கொட்டிக்கொள்வார்கள். எந்த நேரமும், பணம் பணம் என்று அலைபவனால், எப்படி தியானத்தில் அமர முடியும்?

அப்படிப்பட்ட வெறித்தனங்கள் இல்லாத, யதார்த்தமான மனிதர்கள், தியானத்தில் அமர்ந்தாலே மனம் அலைபாயும். நல்லவர் என்று சொல்லக்கூடிய ஒருவர், தியானத்தில் அமருகிறார். அமர்ந்தவுடனேயே தியானம் கைகூடி விடாது. முதலில், மனம் அலைபாயும். முதலில், என்னென்னவோ எண்ண அலைகள் வெளிப்படும். மனமானது சிதறிக்கொண்டே இருக்கும். மனம் எங்கெங்கோ செல்லும்.

அதைக் கண்டு, உடனே தனக்கு தியானம் சித்திக்காது. அது தனக்கு ஒத்துவராத காரியம் என்று எழுந்து வந்துவிடுவோரும் உண்டு. அது பெரும் தவறாகும். எப்போது, எண்ணங்கள் அலைகின்றனவோ, அப்போதே அவை ஒருமுகப்படத் துவங்கிவிட்டன என்று பொருள்.

எண்ணங்கள் ஏதோ ஒரு விஷயத்தின் மீது குவியும். பிறகு தானாகவே படியத் துவங்கும். இதற்கு, விகல்ப தியானம் என்று பெயர். அதாவது, குறிப்பிட்ட எண்ணங்களோடு குவிந்திருக்கும் தியானம்.

அந்த எண்ணங்களையே, தொடர்ந்து கவனித்துவரும்போது, எண்ணங்கள் அற்ற ஒரு நிலை ஏற்படும். அதற்கு, நிர்விகல்ப தியானம் என்று பெயர். இந்த நிலையில், மனதும் உணர்வும் செயல் இழந்து விடுகின்றன. இதுவே, தியானத்தின் உயர்நிலை. நீண்டகாலப் பயிற்சியின் மூலமாகவே இது சித்திக்கும்.

தனியாகச் சென்று அமர்ந்து தியானம் செய்வது முக்கியம். அப்போது தான், நமது மனத்தின் நிலையை நாம் தெளிவாக அறிய முடியும். ஆனால், அதற்கு தினமும் தியானப் பயிற்சியும் மிகமிக அவசியம்.

13
உள் ஒளியும், தியானமும்

முள்ளந்தண்டு எனப்படும் முதுகுத் தண்டுவடத்தில் ஆறு ஆதாரங்கள் அமைந்துள்ளன. அவை, 1. மூலதாராம் (மூலம்), 2. சுவாதிட்டானம் (தொப்பூள்), 3. மணிபூரகம் (மேல் வயிற்றுப் பகுதி), 4. அநாகதம் (நெஞ்சு), 5. விசுத்தி (மிடறு), 6. ஆக்ஞை (புருவ நடு) என்பன.

மூலாதாரம் என்பது, நமது முதுகுத் தண்டுவடத்தின் கீழ் முடிவிலே இருக்கிறது. கருவாய்க்கும் எருவாய்க்கும் இடையேஉள்ளது.

அங்கு, சிறிய பாம்புக் குட்டி வடிவில் குண்டலினிச் சக்தியானது சுருண்டு வீற்றிருக்கிறது என்பார்கள்.

'எருவிடு வாசற் கிருவிரன் மேலே
கருவிடும் வாசற் கிருவிரற் கீழே
உருவிடு சோதியை யுள்கவல் லார்க்குக்
கருவிடுஞ் சோதி கலந்துநின் றானே'

என்று, மூலாதாரத்தைப் பற்றி திருமந்திரம் படைத்த திருமூலர் எழுதுகிறார்.

'நெற்றிக்கு நேரே புருவத்திடை வெளி
உற்றுப் பார்க்க ஒளியிடும் மந்திரம்
பற்றுக்கு பற்றாய் பரமன் இருப்பிடம்
சிற்றம்பலம் என்று சேர்த்துக்கொண்டேனே'

என்று, ஆக்ஞா சக்கரத்துக்குள் இருக்கும், கோடி சூரியப் பிரகாசமான பரம் பொருளைக் கண்டுகொண்டேன் என்றும் திருமூலரே எழுதுகிறார்.

மனமும் உணர்வும் இருக்கும்வரை, சிற்றின்பத்தில் நாட்டம் இருந்து கொண்டே இருக்கும். சிற்றின்பத்துக்கு, சுவாசக் காற்றும் உணர்ச்சி களும் நிறைய செலவிடப்படுகின்றன. புணர்ச்சியின்போது, மூச்சின் வேகம் அதிகரித்துக்கொண்டிருக்கும். இதற்கு நேர் மாறானது, தியானத்

தின் சுவாச ஓட்டம். சுவாசம் நிகழ்வதே தெரியாது. இதை 'மூச்சோடாத் தவம்' என்று ஆன்மிகவாதிகள் கூறுவர்கள்.

தியானத்தை, தினமும் தொடர்ந்து கடைப்பிடித்துவந்தால், ஒருநாள் குண்டலினி என்ற மாபெரும் சக்தி நமக்குள்ளிருந்து வெளிப்படும். ஒருநாள் கூட தவறவிடக் கூடாது. எவ்வளவோ வேலைகள் இருக்கும். அந்த வேலைகளோடு வேலையாக, தினமும் ஒரு பத்து நிமிடம் மட்டுமாவது உட்கார்ந்து வாருங்கள். நாளடைவில், தியானத்தின் அரும் பயன்களை உணர ஆரம்பிப்பீர்கள்.

அனைத்துக்குமே நமது அறிவுதான் ஆதாரம். அறிவைப் பயன்படுத்திப் பாருங்கள். அது இயற்கை நமக்குத் தந்துள்ள அதிசயச் சொத்து. எல்லாமே அறிவில்தான் இருக்கிறது. அறிவை, அறியாமை என்ற திரை மூடிக்கொண்டிருக்கிறது. அறிவைக் கொண்டு, திரைகளை விலக்கிக் கொண்டே செல்லவேண்டியதுதான் வாழ்க்கை.

பலர், இப்படிப்பட்ட அறிவை வைத்துக்கொண்டே, 'எதற்குமே விதி இருக்கவேண்டும்' என்பார்கள். முதலில், நீங்கள் உங்களுக்குத் தரப்பட்டுள்ள அறிவுக்கு உரிய விதிகளைச் சரியாகக் கடைப்பிடித்து வருகிறீர்களா என்று கவனியுங்கள்.

உங்கள் உடலாலும், உள்ளத்தாலும், உரையாலும் கலங்கமற்றவர் களாகவும், உண்மை உள்ளவர்களாகவும், இறைவனிடம் பக்தி உள்ளவர்களாகவும் மற்றவர்களுக்கு இரங்குபவர்களாகவும் இருக்கிறீர்களா? அதுபோதும்.

இதுதான் உங்களது விதி. இந்த விதியைக் கடைப்பிடிப்பதற்கு, அறிவு இருந்தால் போதும். தலை எழுத்து வேண்டியதில்லை.

ராமகிருஷ்ண பரமஹம்ஸர் சொன்னார். 'இறைவனது அருள் காற்று எப்போதும் வீசிக்கொண்டேதான் இருக்கிறது. நீ உனது கப்பலின் பாயை அவிழ்த்துவிடு'.

அதுபோல், அறிவைத் திறந்து விடுங்கள். அனுபவங்களை எல்லாம் இறைவன் தாமே உங்களுக்குத் தருவான்.

பிறந்து விட்டோம். வாழ்ந்துகொண்டிருக்கிறோம்.

விஞ்ஞான உண்மைகள் எவ்வளவோ இருக்கின்றன. எல்லாமே, இந்த உலகப் பொருள்களை நுணுகி நுணுகி ஆராய்ந்து தந்த உண்மைகள். இவை, நமது வாழ்க்கையை வசதியாகவும், எளிமையாகவும் நடத்திச் செல்ல உதவுகின்றன.

ஏற்றத் தாழ்வுகள்கூட, மனிதனது வினைப் பயன்களே என்கிறது ஆன்மிகம். ஏனென்றால், உலகம் முழுதும் பொதுவுடைமைத் தத்துவம்

நடைமுறைக்கு வந்துவிடலாம். ஆனாலும், ஒவ்வொரு தனி மனிதனது வாழ்க்கையில் நிகழக்கூடிய சம்பவங்களை, அவற்றால் மாற்றி அமைக்க முடியாது.

அது மட்டுமல்ல. மனிதனுக்கு இருக்கும் உடல் மற்றும் உள்ளத்து ஊனங்களை ஏதும் செய்ய முடியாது. பிணி, மூப்பு, மரணம் இவற்றை மாற்ற எந்த விஞ்ஞானத்தாலும் முடியாது.

நமக்கு என்று தனிப்பட்ட குடும்பம் இருக்கிறது. ஆசையோடு பெற்று வளர்க்கப்படும் நம் குழந்தை, வளர வளர மாறுபடுகிறது. நாம் எதிர்ப் பார்ப்பதுபோல் அவர்கள் நடந்துகொள்வது இல்லை. சகோதர, சகோதரிகளும் உடன்பாடாக நடந்துகொள்வதில்லை. கருத்து வேறு பாடுகள் வெடிக்கின்றன.

மைனாக்கள், காக்கைகளின் கூட்டில் சென்று முட்டையிட்டுவிட்டு வந்துவிடுவாம். காக்கையும், தனது முட்டை என்று கருதி அடைக் காத்து குஞ்சும் பொறிக்குமாம். மைனாக் குஞ்சுக்கு இரையும் தேடிக் கொண்டுவந்து ஊட்டிவிடுமாம். மைனாக் குஞ்சு, வளர்ந்து பெரியதாக மாறும்போது, அதனது மைனாத் தோற்றம் தெரியவரும். அப்போது, காகமானது அந்தக் குஞ்சைக் கொத்திக் கொத்திக் கூட்டைவிட்டே விரட்டி அடிக்குமாம். அதுவரை, காக்கைக்குத் தெரியவில்லை. மைனாக் குஞ்சைத் தனது குஞ்சாகக் கருதியிருந்தது.

நமக்குப் பிறக்கும் பிள்ளைகள் நம்மவர்கள், நம் சொற்படிதான் நடப் பார்கள் என்று கனவு காண்கிறோம். ஆனால், அவர்கள் வளரும் போதே, நாம் சொல்வதைக் காதில் வாங்கிக்கொள்ளாமல் போகும் போதுதான், அந்த உண்மையை உணர்கிறோம். நம் பிள்ளைகளைப் பற்றிய கனவுகள் நமக்குள் இருக்கும். ஆனால், அவர்களோ தங்கள் கனவு வழியில் போய்க்கொண்டிருப்பார்கள். அப்போதுதான் அதிர்ச்சி அடைகிறோம். எல்லாம் ஏமாற்றமாகக் காண்கிறோம்.

நம் வயிற்றில் பிறக்கும் வாரிசுகள், ஒருவகையில் காக்கையின் கூட்டில் பிறக்கும் மைனாக் குஞ்சுகளே. உடலால் மட்டுமே அவர்கள் நம் வயிற்றில் உதிக்கிறார்கள். உள்ளத்தால் அவர்கள் யாரோ? வேறு ஒரு ஆன்மாதான், காரணம் கருதி நம் வயிற்றில் வந்து பிறக்கிறது. இந்த உண்மை, எத்தனை பேருக்குத் தெரியும்.

மெய்கண்டார் எழுதிய 'சிவஞான போதம்' என்ற சைவ சித்தாந்த சூத்திரங்கள், இந்த உண்மையைச் சொல்கின்றன. எனவே, நாம் இந்த உலகில் எதையோ நிறைவேற்றப் பிறந்திருக்கிறோம். ஒவ்வொருவருக்கும் ஒரு கடமை காத்திருக்கிறது. அவரவருக்கு, வினைப் பயன்களை முன்னிட்டு இறைவன் அந்த அந்த வழிகளைக் காட்டுகிறான்.

கடமையைப் புரிவதோடு, நம் கடன் தீர்ந்துவிடப்போவதில்லை. அதற்கு அப்பால் ஒரு கடமை இருக்கிறது. அது, நாம் நம்மை அறிய வேண்டும். நம்மை அறியும்போது, நமக்குள் இருக்கும் பரம் பொருளையும் அறியமுடியும். பரம் பொருளை அறிந்துவிட்டால், பிறவி இல்லை.

மீண்டும் இந்த அல்லல் பிறவி வேண்டாம் என்பதே அறிவுடையோரின் விருப்பம். பிறவி இல்லாமல் செய்வதற்கு மட்டுமன்று. இந்தப் பிறவி யிலேயே ஏற்படும் துன்பங்களைச் சகித்தாக வேண்டும். அவற்றை நீக்கி ஆக வேண்டும். அதற்கும், இறை அருள்தான் தேவை.

துன்பங்கள் மட்டுமல்ல. இன்பங்களும் ஆபத்தானவைதான். ஒவ்வொரு இன்பத்திலும் ஒரு துன்பம் ஒளிந்திருக்கிறது. விட்டில் பூச்சிகள், விளக்கு ஒளியில் போய் முட்டி மோதிக்கொண்டு இறந்து போகின்றனவே. இதுபோன்றதுதான், எல்லா இன்பங்களும்.

இன்பங்கள் நம்மை ஏமாற்றுகின்றன. அதனால்தான் சொன்னார்கள், இந்த உலகை 'மாயா' என்று. மாயை என்றால், நம்மை மயக்குவது என்று பொருளாகும்.

இன்பமும் வேண்டாம். துன்பமும் வேண்டாம். அப்படி இருக்க முடியாது. அதனால்தான், திருவாசகம் தந்த மாணிக்க வாசகர் சொன்னார்,

'வேண்டத்தக்கது அறிவோய் நீ.
வேண்ட முழுதும் தருவோய் நீ.
வேண்டி என்னை பணிகொண்டாய்
வேண்டியாது அருள் செய்தாய்
வேண்டும் பரிசு ஒன்று உண்டுஎன்னில்
அதுவும் உன்றன் பரிசன்றே...'

நமக்கு எது வேண்டும், எது வேண்டாம் என்று நமக்குள் இருக்கும் இறைவனுக்குத் தெரியும். அவனிடம் சரணாகதி அடைந்து, நம் தேவைகளை முறையிடுவோம். அதற்குத் துணை புரிவது, தியானம்.

இறைவனை அறிந்தாக வேண்டும். இறை அருளின் நோக்கம் இல்லாத தியானம் போலித்தனமானது. அர்த்தமற்றது. பலனும் அற்றது.

உயிராகவே இறைவன் இருக்கிறான். உயிரைக்கொண்டே இறைவனை அறிந்து இன்புற வேண்டும். இறைவனை, தியானத்தால் நமக்குள் அறிந்துவிட்டால், பிறகு நாம் பேரின்பத்தில் லயித்துவிடுவோம்.

'செப்புவது எல்லாம் ஜெபம்தான் சிந்திப்பது எல்லாம் நின்
ஒப்பு இல் தியானம் என ஓர்ந்தேன் பராபரமே'

என்கிறார் தாயுமானவர்.

பஞ்சபூதங்களைக் கடந்து, மனத்தைக் கடந்து அவன் அருளைப் பெறு வதற்காக, ஒரு சொல்லை, புருவ மத்தியில் தியானம் செய்துவந்தவர் தாயுமானவர்.

'ஒன்றை நினைந்து ஒன்றை மறந்து ஓடும் மனம் எல்லாம் நீ
என்று அறிந்தால் எங்கே இயங்கும் பராபரமே'
என்றும் அவரே பாடுகிறார்.
அது மட்டும் அல்ல-
அல்லும் பகலும் அறிவு ஆகி நின்றவர்க்கே
சொல்லும் பொருளும் சுமைதான் பராபரமே'

உடைமையாகத் தனக்கு இருந்து வந்த பொருள்கள் எல்லாம், இப்போது சுமையாகத் தெரிகின்றன என்கிறார். அதாவது, தியானத்தின் உயர்நிலை அனுபவம் இது. இந்த நிலை, இறைவனை உணரும் நிலையாகும்.

சிவவாக்கிய சித்தர், தனது தியான அனுபவத்தைப் பற்றி கீழ்வரும் பாடல் மூலம் நமக்குத் தெரிவிக்கிறார்.

'செய்யதெங்கி லேஇளநீர் சேர்ந்தகார ணங்கள் போல்
ஐயன்வந்து என்னுளம் புகுந்துகோயில் கொண்டனன்
ஐயன் வந்து என்னுளம் புகுந்து கோயில் கொண்டபின்
வையகத்தில் மாந்தர் முன் வாய்த் திறப்பது இல்லையே'

தியானத்தில் லயித்துவிட்டவர்களுக்கு, யாரிடமும் பேச்சு இல்லை. தண்ணீரை உறிஞ்சிய தென்னை மரம், அதற்கு ஈடாக தனது தலையில் தென்னங்காய்களைச் சுமந்துகொண்டு நிற்பது போல், தியானத்தில் அமர்ந்தால், இறைவன் நம் தலைக்குள் நம்மை உணர்த்துவான். நம் மூலமாகப் பிறருக்கும் உணர்த்துவான்.

அந்த நிலை அடைந்துவிட்டால், நமக்கு இனிப் பிறப்பே இல்லை. பிறவாத பெருநிலையை அடைவோம்; நீங்காத பேரின்பத்தில் நிலைத்துவிடுவோம். இதுதான், ஒவ்வொரு மனிதனும் அடைய வேண்டிய இலக்கு.

பாகம் - 2

அனுபவப் பகுதி

1
யோகாசனமும், தியானமும்

தியானத்தைப் பற்றிச் சொன்ன முதல் நாடு, நம் பாரதமே.

உலகில் உள்ள சமயங்களைத் தோற்றுவித்தவர்கள், வரலாற்றில் இருக்கிறார்கள். ஆனால், நம் பாரதத்தின் இந்து மதம், எவராலும் தோற்றுவிக்கப்படவில்லை. அது காலாதீதமானது.

நமக்கு மேலே ஒரு சக்தி உண்டு. அதுவே பரம்பொருளாக இருக்கிறது. அது நம்மை வழி நடத்துகிறது என்ற நம்பிக்கையும், சடங்கு முறைகளும், இந்து மதத்தை வளர்த்து வந்திருக்கின்றன.

இந்து மதத்தின் இன்னொரு முக்கியமான சிறப்பம்சம் என்னவென்றால், 'எதுவுமே நம் கையில் இல்லை. நம்மை வழிநடத்துவது நமக்கு அப்பாற்பட்ட சக்தியே. அதைப் பணிந்து, நம் வாழ்க்கையை அதனிடம் ஒப்படைத்துவிட்டு, அதன் வழியில் வாழ்வோம்' என்ற வாழ்வியலைக் கொண்டிருக்கிறது.

நம்மை அறிந்து நமக்கு யாரும் பிறப்பு தரவில்லை. நமது வினைகளின் பொருட்டு, இறைவன் நம்மைப் பிறப்பித்து வழிநடத்துகிறான்.

மனிதனின் இந்த எண்ணமே, இறைவன் தந்த எண்ணமாக இருந்து வருகிறது. அதனால்தான், இந்த எண்ணத்தைக் கடைப்பிடித்து வாழ்ந்தவர்கள், வாழ்க்கையில் வெற்றிபெற்று, சேதாரம் இல்லாமல், சந்தோஷமாகவும் நிம்மதியாகவும் நீடு வாழ்ந்திருக்கிறார்கள்.

இந்தியாவில் வாழ்ந்த இத்தகைய கொள்கை உடைய ஆன்றோர் பெருமக்களே, வேதங்களையும், உபநிடதங்களையும் தோற்றுவித்து, பக்தி இயக்கத்தை வளர்த்தார்கள்.

சனாதன தர்மம்

மனிதனைப் பக்குவப்படுத்தி பாதுகாத்து இறைவனோடு இறைவனாகச் சேர்க்கும் மகத்தான கனவுகளை, 'சனாதன தர்மம்' என்ற பெயரில், அவர்கள் பல்லாயிரக்கணக்கான ஆண்டுகளாகப் போற்றி வருகிறார்கள்.

‘சனாதன தர்மம்’ என்றால், ‘என்றும் மாறாத நிலையான தத்துவம்’ ஆகும். இவற்றை, ‘பக்தி யோகம்’, ‘கர்ம யோகம்’, ‘ஞான யோகம்’, ‘ராஜ யோகம் என்று நான்கு வகையாகப் பிரித்தார்கள்.

இதையே, ‘அறம்’, ‘பொருள்’, ‘இன்பம்’, ‘வீடு’ என்று நான்கு அதிகாரங் களில் சொன்னார், திருவள்ளுவர்.

தவம்

வேதத்தையும், உபநிடதங்களையும் படைத்தவர்கள், அவற்றைத் தவத்தில் இருந்தே படைத்தார்கள். நமது பாரதத்தின் ஆன்மிகக் கலை, பண்பாட்டுப் படைப்புகள் அனைத்தும், சம்பந்தப்பட்டோரின் தவத்தால் வந்தவையே ஆகும்.

‘தவம்’, நம் பாரத மண்ணுக்கே சொந்தமான விஷயம். நம் பாரதக் கலைகள், வாழ்வியல் போன்ற எல்லா நல்லவையும், தவவலிமையால் வந்தவையே. தவம் என்பது உலக வாழ்க்கையிலிருந்து பிரிந்து சென்று, குகைகளிலும், காடுகளிலும், தமக்கு மேலே உள்ள இறைவனை எண்ணிக் கண்களை மூடி காலம்போவது தெரியாமல் அமர்ந்துவிடுவ தாகும். பசி, தூக்கம் அற்றுப்போய், திண்ணிய நம்பிக்கையோடு, இறைவனை எண்ணிக் காத்திருந்து, இறைவனே இறங்கி வந்து அவர்களுக்கு வரங்கள் அளிப்பது தவப் பலன் ஆகும்.

தவம் என்பது தியானத்தின் இன்னொரு நிலை. அதாவது, தியானத்தில் தான் தவம் துவங்குகிறது.

தியானம் என்பது என்ன?

அமைதியாக இருப்பது. ஏதோ ஒன்றைக் கவனிப்பது.

இதுவே தியானம். அவ்வளவுதான்.

இதன் பலன்?

வார்த்தைகளால் சொல்ல முடியாது. அனுபவித்தே அறிந்துகொள்ள முடியும்.

இது தேவையா?

கண்டிப்பாகத் தேவை. யாருக்கு?

மனிதனாகப் பிறந்த ஒவ்வொருவருக்கும் தேவை.

நம்மையே நாம் அறிந்து, தீமைகளை விலக்கி, நன்மைகளைச் சேகரிப்ப தற்கான உத்தி.

எல்லோருமே தியானம் செய்வதில்லையே?

எல்லோருமே ஒரே மாதிரிச் சிந்திப்பதுஇல்லை. உலகம், சிலருக்குக் கசப்பாகத் தெரிகிறது. அதனால், மாற்று தேடுகிறார்கள். தியானத்தில் அமர்கிறார்கள். சிலருக்கு, இனிப்பாகத் தெரிகிறது. இனிப்பு, கசப்பாகும்போது அவர்களும் ஒருநாள் தியானத்துக்கு வருவார்கள்.

'பொருள் இல்லார்க்கு இவ்வுலகு இல்லை, அருள் இல்லார்க்கு அவ்வுலகு இல்லை' என்றார் வள்ளுவர். உலகத்தில் வாழ பொருள் தேவைதான். ஆனால், வெறும் பொருள் வாழ்க்கை மட்டும் போதாது. அருள் வாழ்க்கையும் வேண்டும். அருள் வாழ்க்கைக்கு ஆதாரம், தியானம்.

ஐம்புலன்களும், நம் மனத்தை அமைதி அடையவிடாமல், அதனதன் வழியில் இழுக்கின்றன. தியானத்தில் அமர்ந்தால் ஒழிய, ஐம்புலன் களின் ஆட்டத்தை ஒடுக்கமுடியாது. ஐம்புலன்கள் ஒடுங்காமல் மனம் அமைதி அடையாது.

ஒவ்வொரு மனிதனுக்கும் தனித்தனி ஆன்மா இருக்கிறது. ஆன்ம நிறைவை அடைந்தால் ஒழிய வாழ்க்கை நிறைவைத் தராது. ஆன்மா வுக்கு நிறைவைத் தருவது தியானம் ஆகும்.

ஒவ்வொரு மனிதனும் உற்சாகத்துடன் இருக்கிறான். அதேபோல், நிம்மதியாகவும் இருக்கிறான்.

உற்சாகம், அமைதி இரண்டுக்கும் ஒரே நிலைக்களனாக விளங்குவது நமது உடலே. உடற்பயிற்சி செய்யும்போது ரத்த ஓட்டம் பெருகி, சுரப்பு நீர்கள் உற்பத்தியாகி , நரம்பு மண்டலம் மின்னோட்டம் பெற்று புத்துணர்ச்சி பெறுகிறது. மூளையும் சுறுசுறுப்படைகிறது.

அப்போது, இன்பங்களை அனுபவிப்பதற்கு, உடலும் மனதும் எத்தனிக்கின்றன. உடல், பாடுபட்டு இன்பங்களை அனுபவித்து களைப்படைகிறது. அதனால், உறக்கத்தை தேடுகிறது. ஆனால், உறங்கிவிடாமல் உடலை ஓய்ந்த நிலையில் அமர்த்தி, எதிலும் ஈடுபாடற்று அமர்ந்திருப்பது தியானம் ஆகும்.

உடல் உற்சாகமாக இருக்கும்போது, புற உலகில் அனுபவங்களைத் தேடுகிறது. உடல் அமைதியாக இருக்கும்போது, அக உலகில் அனுபவங்களைத் தேடுகிறது.

மெர்ரிலாந்து பல்கலைக் கழகப் பேராசிரியர் டாக்டர். ஹாட்ஃபீல்ட், உடற்பயிற்சியால் மூளையும், மனதும் உற்சாகமாகி, அதனால் விழிப் புணர்ச்சி ஏற்படுகிறது என்று ஆராய்ச்சி மூலம் கண்டறிந்து கூறியிருக் கிறார்.

இந்த விழிப்புணர்ச்சியால், புற உலகில் திறமைகளைக் காட்டி, பெரிய பெரிய வெற்றிகளைப் பெற முடியும் என்று காட்டுகிறார்.

தியானத்துக்கும் மூளையின் இந்த விழிப்புணர்ச்சி மிகவும் தேவை. இந்த விழிப்புணர்ச்சியால், அக உலகில் தியானத்தின் மூலம் மிகப் பெரிய ஆத்ம சாதனைகளைப் பெற முடியும்.

அதனால்தான், 'அட்டாங்கயோக'த்தை இயமம், நியமம், ஆசனம், பிரணாயாமம், பிரத்யாகாரம், தாரணை, தியானம், சமாதி என்று பதஞ்சலி முனிவர் வரிசைப்படுத்தினார்.

'பிரணாயாம'த்தில் சுவாசப் பயிற்சி செய்து, மனத்தை அமைதிப்படுத்தி, 'பிரத்யாகார'த்தில் ஒருமுகப்படுத்தி, 'தாரணை'யில் குவியச் செய்து, 'சமாதி'யில் ஐக்கியமாகிவிட வேண்டும் என்று கூறியிருக்கிறார்.

உடலை முன்னிட்டு, மனம் கொள்ளும் தேடுதல்களே இவை. உடலை எந்தவிதப் பயிற்சிக்கும் உட்படுத்தாமல், ஓய்ந்த நிலையில் அமர்ந்து, நமக்கு நாமே சாட்சியாக இருப்பதே தியானம்.

நெருப்பைப் போராடிப் பற்றவைப்பது வரைதான் சிரமம். தியானத்தில், மனத்தைப் பழக்கப்படுத்தும் வரைதான் சிரமம். பிறகு, தியானம் தானே கைகூடிவிடும். மனம், தியானத்தின் மகிமையை உணரத் துவங்கி விடும்.

மனது, எண்ணங்களால் நிறைந்தது. வேண்டாத எண்ணத்தைத் தடுத் தால், அது மீறிக்கொண்டு எழும். போராடப் போராட, எண்ணமானது மிகுந்து எழும். போராடும் எண்ணத்தை ஒடுங்கச் செய்வதற்கு, நாம் பொறுமையாடு தியானிக்க வேண்டும். அதாவது, 'சும்மா' இருத்தல் வேண்டும்.

யோகாசனம்

தியானம் புரிவதற்கு, யோகாசனம் அத்தியாவசியத் தேவையாக இருக்கிறது. நம் இந்தியப் பாரம்பரியத்தில், ஐயாயிரம் ஆண்டுகளுக்கு முன்னதாக, பதஞ்சலி முனிவரால் அருளப்பட்டது யோகாசனக் கலை ஆகும். 'யோகம்' என்றால், இணைதல் என்று பொருள்.

நமக்கு உடல், மனம் என்ற இரண்டு அம்சங்கள் இருக்கின்றன. இரண்டுமே ஒன்றுக்கொன்று முரண்பட்டிருந்தால், இரண்டுமே நோய் வாய்ப்பட்டு, வாழ்க்கை அமைதி இழந்ததாகிவிடும்.

இரண்டையுமே ஒருங்கிணைத்து, நோய்களை நீக்கி, ஆரோக்கிய மாகவும் நீடு வாழவும், மனிதனுக்கு வகுக்கப்பட்டுள்ள உடல் மன வளக் கலையே யோகாசனம்.

யோகாசனத்தால், உடல் மட்டும் சுகம் அடைவதில்லை. மனதும், அமைதியில் சுகம் அடைகிறது.

மனத்தைத் தியானத்தில் வயப்படுத்துவதற்கு, முதலில் அதை யோகத்தில் அமைதிப்படுத்த வேண்டும். யோகாசனக் கலை மூலமாக, உடலை நிதானமான சுவாசப் பயிற்சி மூலம் வளைத்து நிறுத்தி, மிக மிக மெதுவாகத் தளர்த்திக்கொண்டே இயல்பு நிலைக்குத் திரும்பக் கொண்டுவர வேண்டும்.

இந்த 'உடல் தளர்ச்சிப் பயிற்சி' மூலமாக, மனத்தை உடனுக்குடன் சாந்த நிலைக்குக் கொண்டுவரலாம். அதன் பிறகு, அதைத் தியானத்தில் சேர்ப்பித்துவிடலாம்.

நாம் அழைக்கும்போது வராத நாயை, ரொட்டித் துண்டு போட்டு அருகே அழைக்கிறோம். குதிரை, ஆடு மாடுகளைப் புல்லைக் காண்பித்தவாறே அழைத்துக்கொண்டு போகிறோம். குழந்தைக்கு, மிட்டாயைக் காட்டி பக்கத்தில் அழைக்கிறோம்.

அதுபோல், தியானத்தில் அமர மாட்டாது அடம் பிடிக்கும் மனத்தை, மெல்ல மெல்ல வயப்படுத்தி, தியானத்தில் அமர்த்துவதற்கான ஒப்பற்றக் கலையே யோகாசனக் கலை.

அதனால்தான், அட்டாங்க யோகத்தில், யோகாசனத்துக்குப் பிறகு தியானத்தை வைத்தார், பதஞ்சலி முனிவர்.

அட்டாங்க யோகம்

1. இயமம் (நாவடக்கம்)
2. நியமம் (ஒழுக்கம்)
3. ஆசனம் (யோகா)
4. பிராணாயாமம் (சுவாசப் பயிற்சி)
5. பிரத்யாகாரம் (மன ஒருமைப்பாடு)
6. தாரணை (குறிக்கோள்)
7. தியானம்
8. சமாதி

தியானத்தில் அமர முடியாதவர்கள் கவலைப்பட வேண்டாம். உடலைப் பக்குவப்படுத்தும் யோகாசனக் கலையை உடனடியாகக் கற்றுக்கொள்ளுங்கள்.

பிறகு, நீங்களாகவே தியானத்துக்கு வந்துவிடுவீர்கள்.

2

உடல் நோய்களும், தியானமும்

இன்றைய கணக்கெடுப்புப்படி, மனிதனுக்கு உள்ள மொத்த உடல் நோய்கள் 5000. இந்த 5000 நோய்களின் ஆதிமூலமே வாத, பித்த, கப நாடிகளின் ஏற்றத்தாழ்வுகளே.

தொலைக்காட்சியில், கண்ணைக் கவரும் எத்தனை எத்தனையோ நிறங்களைப் பார்க்கிறோம். இவை யாவுமே சிவப்பு, நீலம், பச்சை ஆகிய மூன்று அடிப்படை நிறங்களைக் கொண்டே கலந்து வழங்கப்படு கின்றன.

அதுபோல், உடலுக்கு வரும் அத்தனை நோய்களுக்கும், இந்த மூன்று நாடிகளே அடிப்படைக் காரணம்.

ஆனால், அதற்கும் அப்பாற்பட்ட ஒரு அறியப்படாத ஒரு காரணம் உண்டு. அதுவே, நமது முன் வினையாகும்.

முன் வினை அல்லாது, நமக்கு எந்த ஒரு உடல் நோயும் ஊனமும் தலைகாட்டாது. நவீன மருத்துவ விஞ்ஞானமும்கூட, உடல் நோய்களுக்குக் காரணம், மனமே என்கிறது.

தெருவுக்குத் தெரு தேநீர்க் கடைபோல், அமெரிக்காவில் மன நல மருத்துவர்கள் உட்கார்ந்திருக்கிறார்கள். உடல் இயல் மருத்துவர்களும் உட்கார்ந்திருப்பார்கள். ஆனால், உடல் நோயால் வரும் நோயாளி களுக்கு, உடனடியாகச் சிகிச்சை அளித்துவிட மாட்டார்கள்.

அவர்களை உள வியல் மருத்துவர்களிடம் அனுப்பி விசாரிக்க வைத்து, மன ரீதியாக ஏதேனும் காரணம் மறைந்து இருக்கிறதா என்பதை முதலில் அறிந்துகொள்வார்கள். அதன்பிறகே, உடல் சிகிச்சையை மேற்கொள்வார்கள்.

உடலின் ஒவ்வொரு நோய்க்கும், குறைபாட்டுக்கும், மனத்துக்கும் நேரடியான தொடர்பு இருக்கிறது. ஏனென்றால், உடலுக்கு வரும் எந்த ஒரு குறையும், அப்படியே மனத்தைத்தான் பாதிக்கிறது.

எங்கே பாதிப்பு இருக்கிறதோ, அங்கேதான் தீர்வும் இருக்கிறது. எல்லாவற்றுக்கும் மனத்துக்குள்ளேயே தீர்வு இருக்கிறது.

தியானத்தில் மட்டும் சரியாக இருந்தால், புற்றுநோயிடம் இருந்துகூட முழுமையாகக் குணமாகி வெளிவரலாம்.

புற்றுநோய்க் கிருமிகளை, மனப் பயிற்சியினாலேயே அழித்து வெற்றி கண்ட மருத்துவ வரலாறும் உண்டு. மனக் கற்பனைகளை வலிவாக்கி, அந்த நோய்க் கிருமிகளின் மீது பாய்ச்சினால், அவை அழிந்து போகின்றன. கற்பனைக்கு அத்தனை வலிமை இருக்கிறது. தீராத நோய்களை எல்லாம் தீர்க்கும் உபாயம் இருக்கிறது.

கற்பனை வளத்தின் மூலமாக, மற்றவர்கள் உடல் நோய்க் கிருமிகளைக் கூட அழிக்கமுடியும்.

இயேசு கிறிஸ்து, ஞானசம்பந்தர், நாவுக்கரசர் போன்றோர், மற்றவர் களின் நோய்களை அப்படித்தான் குணமாக்கினர்.

இப்படி, மனவியலுக்கு அப்பாற்பட்ட (பாரா-சைக்கலாஜி) உண்மைகள் எத்தனையோ உள்ளன.

ஆறாத காயங்களை எல்லாம் ஆற்றும் மார்க்கம் இருக்கிறது.

உடுமலைக்கு அருகே கொழுமத்தில் ஒரு மாரியம்மன் கோயில் இருக்கிறது. அங்கே உள்ள அம்மன், மிகுந்த சக்தி படைத்தவள். அதனால், பிரசித்தியும் பெற்றாள்.

அக்கோயிலுக்கு வரும் சுற்றுப்பட்டி கிராமத்தவர்கள், மண்ணால் ஆன பொம்மைகளைக் கையில் கொண்டு வருகிறார்கள். அவற்றுக்கு 'உருவாரம்' என்று பெயர்.

தங்கள் உடலுக்கு ஏதேனும் நோய் வந்தால், அதற்காக அந்த அம்மனிடம் வந்து வேண்டிக்கொண்டுபோகிறார்கள். தங்கள் நோய் குணமாகிவிட்டால், கோயிலுக்கு 'உருவாரம்' வாங்கிவந்து வைப்பதாக வேண்டிக்கொள்வார்கள்.

திருவிழாக் காலத்தில், யாரைப் பார்த்தாலும் கையில் உருவாரப் பொம்மை எடுத்துக்கொண்டு வருவார்கள். எல்லோருக்குமே ஏதோ ஒரு உடல் நோய். உடல் நோய் யாருக்குத்தான் இல்லை. உடல் உள்ள ஒவ்வொருவருக்கும் ஒரு நோய் உண்டு. அதுவும், உயிர் உள்ளவரை உண்டு.

நமக்கு வரும் நோய்கள், நாம் செய்த/செய்யும் தவறுகளுக்கான தண்டனைகள். இந்தத் தெளிவு, முதலில் நமக்கு வேண்டும். உடனே, தவறுக்கான தண்டனைகளை ஏற்றுக்கொள்ள முன்வர வேண்டும்.

மீண்டும் தவறு செய்யாத வாழ்வியலை நடத்துவதற்கு உறுதி எடுத்துக் கொள்ள வேண்டும். இறுதியாக, இறைவனிடம் தனது நிலையை அப்படியே ஒப்படைத்து, திருந்திய வாழ்வைத் தர வேண்டுமாறு பணிந்து கிடக்க வேண்டும்.

அப்போதுதான், தன்னைப் பாதித்த நோயிலிருந்து பரிபூரணமான தீர்வு கிடைக்கும்.

இதற்குத்தான் தேவை தியானம்.

இந்தச் சுய தெளிவு இல்லாமல், எல்லாத் தவறுகளையும் செய்துவிட்டு, தண்டனையாக வந்த நோய்களுக்காகக் கோயிலுக்கு அதைச் செய்கிறேன், இதைச் செய்கிறேன் பேர்வழி என்று புறப்பட்டுவிட்டால், சாமியே கோயிலை விட்டுப் புறப்பட்டுப் போய்விடும்.

எடைக்கு எடை பணத்தையோ, பொன், வைரத்தையோ போடுவதாக வேண்டிக்கொள்ளலாம். எல்லாம், பெட்டியோடுதான் முடங்கிக் கிடக்கும். சவப்பெட்டி வரும் வரை.

சென்னை கீழ்ப்பாக்கத்தில், டாக்டர். குருசாமி முதலியார் பாலம் உள்ளது. எத்தனை பேர் அவரை எண்ணிப் பார்க்கிறார்கள்?

டாக்டர். குருசாமியின் உருவச் சிலை, சென்னை அரசுப் பொது மருத்துவமனைக்குச் செல்லும் வழியில் உள்ளது. எத்தனை நோயாளிகள் அவரை வணங்கிவிட்டுப் போயிருப்பார்கள்?

ஒரு பிள்ளையார் சிலையை வணங்கும் நோயாளி, டாக்டர். குருசாமியின் சிலையை வணங்கியது இல்லை. அவர், மனிதனாக வாழ்ந்த பிள்ளையார். ஆம். அவர் வாழும்போதே நோயாளிகளுக்கு ஒரு மனிதக் கடவுளாக விளங்கியவர்.

ஒரு நோயாளி, அவரைக் காணப்போகும்போதே, அவருக்கு என்ன நோய் என்ற விவரத்தை எழுதி, அதற்கான மருந்து மாத்திரைகளையும் எழுதிக்கொடுத்துவிடுவாராம். ஏழை நோயாளிகளுக்கு உறுதுணையாக விளங்கியவர்.

எனவே, மனம் திரும்புங்கள்.

3

மன நோயும், தியானமும்

மனிதர்களுக்கு அடையாளமே மனதுதான். அதிலேயே, நோய் கண்டால் என்னாவது? மனிதன், இந்த உலகையும் தன்னையும் புரிந்து கொண்டு, உலகையும் தன்னையும் கடந்த உயர் நிலையை அடைய வேண்டும். அதற்காகவே, மற்ற உயிரினங்களுக்கு அல்லாத உயர் அறிவான மனத்தை இறைவன் வைத்து, 'மனிதன்' என்ற பெயருடன் படைத்திருக்கிறான்.

தொழிற்சாலைகள், விமானங்கள், ரயில்கள், பேருந்துகளில் 'எமெர்ஜென்ஸி கேட்/வழி' வைத்திருப்பார்கள். ஆபத்துக் காலத்தில், அந்த வழியாகத் தப்பிப்பதற்காக. ஆனால், அந்த வழியே பிரச்னைக் குரியதாகிவிட்டால்...

மனிதன், பிறவியிலிருந்து தப்பிப்பதற்காகத் தரப்பட்ட வாய்ப்புதான் இந்த மனிதப் பிறவியும், சிந்திக்கும் மனதும். அதற்கான இந்த அரிய பிறவியில், அதற்கான அரிய கருவியாம் மனதிலேயே பழுது ஏற்பட்டுவிட்டால் என்ன ஆவது?

கப்பல் மூழ்கும்போது, படகில் ஏறித் தப்பிக்கலாம். படகிலேயே ஓட்டை என்றால் என்ன செய்வது.

உடல் நோய்களுக்கு, நமது முன் வினைகளே காரணம் என்று பார்த்தோம். மன நோய்களுக்கு மட்டும் வேறு புதுக் காரணமா இருக்க முடியும்? அதற்கும், அதே முன் வினைதான் காரணம்.

மன நோயில் இரண்டு வகை உண்டு.

ஒன்று - தன் மனத்தில் வந்துள்ள நோயின் துன்பத்தைத் தானே உணர்ந்து வருந்தி வழி தேடுவது.

இன்னொன்று - தனக்கு வந்துள்ள நோயின் தன்மையே தனக்குத் தெரியாமல் இருப்பது.

மனத்தில் மொத்தம் மூன்று பிரிவுகள் உள்ளன. அவை, புற மனம் (கான்ஷியஸ் மைண்டு), இடை மனம் (ப்ரிகான்ஷியஸ் மைண்டு), ஆழ் மனம் (சப் கான்ஷியஸ் மைண்டு).

புற மனம் என்பது, புற உலகுடன் தொடர்புடையது. இடை மனம் என்பது, ஆழ் மனத்தை ஆள்வது. ஆழ் மனம் என்பது, உணர்ச்சிகளின் உறைவிடம்.

மனத்துக்கு மூன்று இயல்புகள் உள்ளன.

அவை, இத், ஈகோ, சூப்பர் ஈகோ.

1. இத் - இது, இன்பத்தையே நாடுவது. தனது தேவைகளை அடையத் துடிப்பது. ஆணவம் என்று ஆன்மிகவாதிகள் சொல்வது.

2. ஈகோ - நல்லது, தீயதைப் பற்றி பகுத்தறிவது. 'இத்' மனநிலையால் ஏற்படும் பேராசைகளைத் தப்பு என்று எடுத்துரைப்பது. மனப் பாதுகாப்புக் கவசமாக (ஈகோ டிஃபென்ஸ் மெக்கானிஸம்) இருப்பது.

3. சூப்பர் ஈகோ - நல்லவனாகவும், மனச்சாட்சி உள்ளவனாகவும் இருப்பது.

இந்த மூன்றுமே, மனிதனுக்கு இறைவன் கொடுத்துள்ள மனநிலைகள்.

'இத்' என்ற மனநிலைக்கு முக்கியத்துவம் கொடுத்து வாழ்ந்தால், வாழ்க்கை பாழாய்ப்போய்விடும். கெட்டு நாசம் அடைவான்.

'சூப்பர் ஈகோ' மன நிலையால், இந்த 'இத்' மனநிலையை மாற்றி, மஹாஆத்மா என்ற பெருநிலைக்கு மனிதன் மாற முடியும்.

துன்பம், துக்கம், துயரம், இழப்பு, ஏமாற்றம், தோல்வி, அதிர்ச்சி, நோய், ஆபத்து, விபத்து - அத்தனைக்கும் ஆதாரமாகத் திகழும் 'இத்' மன நிலையை, நிம்மதி, அமைதி, இன்பம், சந்தோஷம், ஆனந்தம், அற்புதம், என்ற பேரின்ப நிலைக்கு மாற்றிக்கொள்ள முடியும். அதற்கு உதவுவதே தியானம்.

மன நோய்களும், காரணம் இல்லாமல் வருவதில்லை. புகை எழுகிறது என்றால், நெருப்பு எரிகிறது என்று அர்த்தம். மன நோய்களை இரண்டாகப் பிரிக்கலாம்.

1. சைக்கோஸஸ் (மூளையில் ஏற்படும் ரசாயன மாற்றங்கள்)

2. நிரோஸஸ் (நரம்பு மண்டலத்தில் ஏற்படும் பாதிப்புகள்)

சைக்கோஸஸ் நோய்கள், தன்னை மறந்த நிலையில் வெளிப்படுபவை. அதாவது, புத்தி சுவாதீனம், பைத்தியம் எனப்படுதல்.

நிரோஸஸ் நோய்கள், தனக்குத் தெரிந்தாலும், தன்னால் கட்டுப்படுத்த முடியாத மனப் பாதிப்புகளை உடையது. அதாவது, தீர்க்க முடியாத மன வேதனைகள்.

இவை அனைத்துக்குமே காரணங்கள் உண்டு.

அவரவர் உடலைத் தொடர்ந்து வரும் நிழல்போல், அவரவரைப் பாதிக்கும் மன நோய்களுக்கு, அவரவர்களே காரணம்.

உடல் நோய்கள், சுய நினைவுடன் இருப்பதால், அவற்றைக் குணப் படுத்திக்கொள்ள முடியும். உடல் நோயாளிகள், நோயின் உக்கிரம் தாளாமல் மருத்துவரைத் தேடிப் போய்விடுவார்கள். அவர்களும்கூட, தியானம் செய்து தங்கள் உடல் நோய்களைக் குணப்படுத்திக்கொள்ள முடியும்.

மன நோய்களில்கூட, சுய நினைவு இருக்கும்வரை, அவர்கள் தங்கள் நோய்களின் உக்கிரத்தைச் சகித்தபடி தியானத்தில் ஆழ்ந்துவிட்டால், அவர்களுக்கும் நிச்சயம் மன நோய்கள் குணமடையும்.

அவர்கள், உடனடியாக மனவியல் மருத்துவர்களைத் தேடிச்சென்று, முதல் உதவிகள் எடுத்துக்கொண்டாலே போதும். ஆனால், பொது வாகவே மருத்துவரைத் தேடி மன நோயாளிகள் போவதில்லை.

மனநோயின் அறிகுறிகள்

★ தனக்குத் தானே பேசிக்கொள்ளுதல், சிரித்துக்கொள்ளுதல்

★ குற்ற உணர்ச்சி

★ பயம்

★ வாந்தி

★ வயிற்றுப்போக்கு

★ சந்தேகம்

★ வெறித்தனம்

★ மித மிஞ்சிய கோபம்

★ தற்கொலை எண்ணம்

★ பெருமையாகப் பேசுதல்

★ பொய் சொல்லுதல்

★ மாயக்காட்சி தெரிதல்

★ காதில் கேட்கச் சகிக்காத ஒலி கேட்டல்

★ ரத்த வாடை வீசுதல்

★ மற்றவர்கள், தனக்கு எதிராகப் பேசுவதாகவும், தனக்கு எதிராகச் சதி செய்வதாகவும் நினைத்தல்

★ எதிர்மறை எண்ணங்கள்

★ தூக்க மின்மை

★ மிதமிஞ்சிய தூக்கம்

★ தனிமையைக் கண்டு பயம்

★ கூட்டத்தைக் கண்டு பயம்

★ தண்ணீரைக் கண்டு பயம்

★ உயரமான இடங்களில் பயம்

★ வெட்ட வெளியில் பயம்

★ செய்ததையே திரும்பத் திரும்ப செய்துகொண்டிருப்பது

★ பதற்றம்

★ தன்னைத்தானே நொந்துகொள்வது

★ தன்னைத்தானே காயப்படுத்திக்கொள்வது

★ யார் சொல்லையும் கேளாமை

★ மிதமிஞ்சிய பிடிவாதம்

★ அழுகை

★ மறதி

★ பசியின்மை

★ தனித்தே இருப்பது

★ எல்லோரையும் பகைத்துக்கொள்வது

★ எதற்கெடுத்தாலும் எரிச்சல் அடைவது

★ மது, மாது, புகை, அபின், போதை மாத்திரை, வெற்றிலைப் பாக்கு, பான் பராக், மூக்குப் பொடி பழக்கங்கள்

★ தாம்பத்யக் கோளாறுகள்

★ ஆண்மை, பெண்மைக் குறைபாடுகள் (பாலியல் பிரச்னைகள்)

★ படுக்கையில் சிறுநீர் கழித்தல்

போன்ற அனைத்துமே மன நோயின் அறிகுறிகளாகும். மன நோயாளிகளைக் குணப்படுத்த, மனவியல் மருத்துவர்கள் உட்கார்ந்து கொண்டிருக்கிறார்கள். ஆனால், நோயாளிகளை மருத்துவரிடம் கொண்டு சேர்ப்பது யார்?, எப்படி?, எப்போது? எதற்குமே, விடை இல்லை. ஆனால், எல்லாமே குழப்பமாக இருக்கிறது.

மன நோயாளி, நோயின் உக்கிரம் தாளமுடியாதபோது, வேண்டா வற்றைச் செய்துவிடுகிறான். அது, சில சமயங்களில் குற்றங்களாகப் போய்விடுவதும் உண்டு.

'பூனைக்கு யார் மணி கட்டுவது?' என்பார்கள். இவர்களை எப்படித்தான் கரை சேர்ப்பது? கவலைப்பட வேண்டாம். அப்படிப்பட்டவர் களுக்காகத்தான், இருக்கவே இருக்கிறது பிரார்த்தனை. பிரார்த்தனை என்பதே, பிறருக்காகச் செய்யப்படுவதுதான்.

மன நோய் மருத்துவ முறைகள்

மன நோய்களுக்கு, மூளையில் ரசாயன மாற்றத்தைத் தரும் மாத்திரைகள், ஊசிகள் மற்றும் மூளையில் மின்சாரத்தைச் செலுத்தி அதிர்வை (ஈ.சி.டி.) ஏற்படுத்திக் குணப்படுத்துதல் போன்ற முறைகள் உள்ளன.

மன நோயாளிகளுக்கு, எத்தனையோ நவீன மருத்துவமனைகள், எத்தனை எத்தனையோ நூதனச் சிகிச்சை முறைகளும் வந்துவிட்டன.

எல்லா மருத்துவர்களும், எல்லாவிதச் சிகிச்சைகளையும் செய்துவிட்டு, மன நோயாளியின் குடும்பத்தினரிடம் சொல்லும் ஒரே ஒரு அறிவுரை இதுதான்.

'இவர்களுக்குத் தேவை அன்புதான். நன்றாக அன்பு காட்டுங்கள். அவர்கள், தன்னை மறந்து ஏதேனும் தப்பு செய்துவிட்டால் தண்டிக் காதீர்கள். கொஞ்சம் சகித்துக்கொள்ளுங்கள். எவ்வளவுக்கு எவ்வளவு அன்பு காட்டுகிறீர்களோ, அவ்வளவுக்கு அவ்வளவு அவர்கள் விரைவாகக் குணம் அடைவார்கள்'.

மன நோயாளிகளுக்கு, முதலும் கடைசியுமான ஒரே சிகிச்சை முறை உண்டு. அதுவே, அன்பு.

அன்பு காட்டுவதற்குப் பொறுமை வேண்டும். சகிப்புத் தன்மை வேண்டும். மனத்தில் இறை நம்பிக்கை வேண்டும். இவை அனைத் தையும் ஒருங்கே தரவல்லது தியானம் ஒன்றே.

'பிறருக்காகப் பிரார்த்தனை செய்யுங்கள்' என்பார்கள். பிறருக்காகவே, 'கூட்டுப் பிராத்தனை' முறைகள் கடைப்பிடிக்கப்படுகின்றன. பிரார்த் தனையே பிறருக்காகத்தான்.

தன்னை அறிந்தவர்கள், தனக்காகப் பிரார்த்திக்க வேண்டியதில்லை. ஏனென்றால், அவர்கள் தேவைகளை இறைவன் நன்கு அறிவான். அவற்றைத் தருவான் என்று நம்புவார்கள்.

தன்னை உணர்ந்தவர்கள், தனக்குள் இறைவனை உணர்ந்து விடுவார்கள். தன்னை உணராதவர்கள் நிலைதான் பரிதாபத்துக்குரியது.

தன்னை உணராதவர்களும், மன நோயாளிகளும் ஏறத்தாழ ஒருவரே. அவர்கள், தன்னையும் உணரமாட்டார்கள். மற்றவர்களையும் உணர மாட்டார்கள். இறைவனையும் உணர மாட்டார்கள்.

தன்னை உணர்ந்தவர்கள், அறிவுபூர்வமாகச் சிந்திப்பார்கள். அவர்கள் எடுக்கும் முயற்சிகள் யாவும், நிதானமாக இருக்கும். நிச்சயம் கைகூடும். ஆரோக்கியமானதாக இருக்கும். உணராதவர்கள், உணர்ச்சிபூர்வமாகச் சிந்திப்பார்கள். அதனால், அவர்கள் எடுக்கும் எந்த முயற்சியும், விரைவாக இருக்கும். ஆனால், விபரீதமாக முடியும்.

எனவே, தியானம் பயின்றால், மன நோயாளிகளை மட்டும் அல்ல, மனம் குழம்பியவர்களைக்கூடச் சமாளிக்கலாம். குறிப்பாக, மன நோயாளிகளைவிட, அவர்களுடன் இருக்கும் குடும்பத்தினருக்குத்தான் தியானம் மிகவும் அவசியம்.

மேலும், மன நோயாளிகளோடு தினம் தினம் போராடிக்கொண் டிருக்கும் மருத்துவர்கள், நர்ஸ்கள், நிர்வாகிகள், வழி நடத்துவோர் போன்றோருக்கு, தியானம் கண்டிப்பாகத் தேவை.

ஆனால், இவர்களில் எத்தனை பேர் தியானப் பயிற்சியில் இருக் கிறார்கள் என்பது தெரியவில்லை.

மேடைப் பேச்சாளர்கள்

புத்தி சுவாதீனம் அற்ற மன நோயாளிகள்கூட சம்பந்தம் இல்லாமல் பேசு வார்கள். புத்தி சுவாதீனம் உள்ளவர்கள், தன்னை அறியாமலும், தன்னை மறந்தும் பேசும் வார்த்தைகள் இருக்கிறதே, அவை கேட்கச் சகிக்காது.

'என்ன இவர் பைத்தியக்காரத்தனமாக உளறுகிறார்' என்று சொல்வதைக் கேட்கிறோம்.

அரசியல்வாதிகளில் பலபேர் இருக்கிறார்கள். சிலரது பேச்சைக் கேட்கும்போது, மன நோயாளிகளின் பேச்சு எவ்வளவோ பரவாயில்லை என்பதுபோல் இருக்கும். அடிமுட்டாள்தனமாகப் பேசுவார்கள்.

மேடையில் பேசப் பயப்படுவோருக்கு, ஒரு பொன் மொழி சொல் வார்கள். 'நமக்கு முன்னால் இருப்பவர்கள் அனைவரும் முட்டாள்கள் என்று எண்ணிக்கொண்டு பேச வேண்டும். அப்படிப் பேசினால்தான் உண்டு. இல்லாவிட்டால் பேசவே முடியாது'.

ஆனால், சில நிஜமான அரசியல் முட்டாள்கள், கேட்டுக்கொண் டிருக்கும் எல்லோரையும் பைத்தியக்காரர்களாகவே ஆக்கிவிடு வார்கள். காரணம், தன்னை அறியாமை. நாம் என்ன பேசுகிறோம் என்ற சுய நினைவு இருக்க வேண்டும். மக்கள், கேட்டுக்கொண்டிருக்கிறார் கள் என்ற கவனிப்பு வேண்டும்.

கூட்டத்தில் சலசலப்பு ஏற்படுகிறது என்றால், மக்களுக்கு நம் பேச்சு பிடிக்கவில்லை என்று அர்த்தம். மக்கள், அங்கும் இங்கும் திரும்பிக் கொண்டு இருப்பார்கள். ஆங்காங்கே, சில பேர் எழுந்து நடையைக் கட்டிக்கொண்டிருப்பார்கள்.

ஒருவர் மட்டும் உண்மையில் ஏதோ ஒரு அவசர நிமித்தமாக எழுந் திருந்து செல்லக்கூடும். அப்போதே சுதாரித்துக்கொள்ள வேண்டும். நாம் எப்படிப் பேசிக்கொண்டிருக்கிறோம் என்ற சுய பார்வை, உள்ளுக்குள் ஒருபுறம் இருந்துகொண்டே இருக்க வேண்டும்.

தெளிவோடும் அறிவோடும் பேசுவதற்கும் தியானம் தேவை. மறந்து விடாதீர்கள். மேடைப் பேச்சுகளைக் கேட்டுப் பயன்பெறுவதற்கும் தியனம் தேவை.

அதுமட்டும் அல்ல. முட்டாள்தனமாகப் பேசாமல் இருப்பதற்குத் தியானம் தேவை. அப்படிப் பேசுவோரிடம் மாட்டிக்கொண்டால், தப்பித்து வருவதற்கும் கட்டாயம் ஒரு தியானம் தேவை.

சகிப்புத்தன்மை

எல்லாவற்றுக்குமே சகிப்புத்தன்மைதான் அடிப்படை. இந்த சகிப்புத் தன்மை இல்லாத காரணத்தால், மனித வாழ்க்கை பலவிதமான பிரச்னை களுக்கும் துன்பங்களுக்கும் ஆளாகிறது. பலவிதக் குற்றங்களுக்குப் பலியாகிறார்கள்.

பிறர் நமக்கு செய்யும் இன்னல்களைப் பொறுத்துக்கொண்டால் மட்டுமே, வாழ்க்கை வளமானதாக மாறும். அந்தப் பொறுமையில் தான், எல்லா வகையான வெற்றிகளும் அடங்கியுள்ளன.

'பொறுத்தார் பூமி ஆள்வார். பொறாதார் காடு ஆள்வார்' என்றும் பழமொழி சொன்னார்கள்.

'அகழ்வாரைத் தாங்கும் நிலம்போல தம்மை
இகழ்வாரைப் பொறுத்தல் தலை'

என்ற வள்ளுவன் குறள் கூறும் பொருளைக் காணுங்கள்.

நிலமானது, தம்மை என்னதான் தோண்டிப் பறித்தாலும் பொறுமையாக விட்டுக்கொடுத்துக்கொண்டிருக்கிறது. அதுபோல், நம்மைப் பிறர் என்னதான் மோசமாகப் பேசினாலும் அதைச் சகித்துக்கொள்ள வேண்டும்.

எப்படிச் சகித்துக்கொள்வது? அதற்குத்தான், தியானம் தேவை. தியானம், சகிப்புத் தன்மையின் ஊற்று.

4
பொறுமையும், தியானமும்

வானத்திலிருந்து வந்த வஸ்து.

நாம் தெருவில் போய்க்கொண்டிருக்கிறோம். அப்போது, நம் தலையில் ஏதோ கனமான வஸ்து விழுவதை உணர்கிறோம். அது, ஈரத்தன்மையோடு பயங்கரத் துர்நாற்றம் உடையதாக இருக்கிறது. தலையில் விழுந்து உதிர்ந்த வஸ்து, நமது முகத்தில் வழிந்து, உடலின் வழியாக ஊர்ந்து இறங்குகிறது.

கைகளால் ஸ்பரிசித்துப் பார்க்கும்போது தெரிகிறது, எல்லாமே வீட்டுக் குப்பைகள். மேலே அன்னார்ந்து பார்க்கிறோம்.

ஒரு பெண்மணி, நம் தலை மீது குப்பையைக் கொட்டியதும் அல்லாமல், நம்மைப் பார்த்து கேலியாக வேறு சிரித்துக்கொண்டு நிற்கிறார். ஒரு 'சாரி'கூட சொல்லவில்லை. நம்மை, ஏதோ நடமாடும் ஜந்துபோலப் பார்த்துக் கொண்டிக்கிறாள்.

குப்பைகளின் நாற்றம் குமட்டிக்கொண்டு வருகிறது. நமது சட்டை முழுதும் நாறிவிட்டது. நமது அன்றைய வேலைகள் எல்லாம் கெட்டு விட்டன. அந்த நிலையில், நம் மன நிலை எப்படி இருக்கும்?

மறுநாள் செய்தித்தாளில்...

'தலையில் குப்பை கொட்டிய பெண்மணி கொலை'

அல்லது

'தட்டிக் கேட்ட வாலிபர் படுகொலை'

இரண்டில் ஒரு செய்தி வரும்.

தேவையா?

இருவரில் யாராவது ஒருவருக்கு சகிப்புத்தன்மை இருந்திருக்கலாமே.

ஆனால், அவர்களில் ஒருவர் மட்டும் சகிப்புத் தன்மையோடு இருந்தார். அவர்தான், நபிகள் நாயகம்.

அன்று -

நபிகள் நாயகம், உடல் நலம் குன்றியோர் யாராக இருந்தாலும் அவர்களுக்காகப் பிராத்தனை செய்யும் வழக்கம் உள்ளவர்.

தொழுகைக்குப் போகிறவர்கள், தூய்மையோடு போக வேண்டும் என்பது இஸ்லாமியர்களின் மதக் கோட்பாடு.

முகம்மது நபி, தொழுகைக்குப் போய்க்கொண்டிருந்தார்.

நபியின் தொழுகையைக் கெடுக்க வேண்டும் என்ற நோக்கோடு, இஸ்லாத்துக்கு எதிர்ப்புள்ள ஒரு பெண்மணி, மாடியில் குப்பைக் கூடையோடு காத்திருந்தாள். அந்த வழியாக நபிகள் நாயகம் வரும் சமயம் பார்த்து, குப்பைகளை அவரது தலை மீது கொட்டினாள்.

நபிகள் நாயகம் என்ன செய்தார் தெரியுமா? மீண்டும் நீராடிவிட்டு, வேறு உடை உடுத்திக்கொண்டு தொழுகைக்குச் சென்றார்.

மறுநாள், அந்த வழியாகத் தொழுகைக்குச் சென்ற நபியின் தலை மீது, மீண்டும் குப்பையைக் கொட்டினாள் அந்தப் பெண்மணி. நபிகள், அப்போதும்கூட கோபப்படாமல் சென்று நீராடிவிட்டு தொழுகைக்குச் சென்றார்.

மறுநாளும் அதே அவமரியாதை தொடர்ந்தது. ஒரு வாரம் போயிற்று.

அன்றும், வழக்கம்போல் தனது தலையில் குப்பை வந்து விழும் என்று எதிர்பார்த்த நபிகளுக்கு ஏமாற்றம். மாடியிலிருந்து வழக்கம்போல் தன் மீது குப்பை கொட்டப்படவில்லை. கீழ் வீட்டுக்காரர்களிடம், அந்தப் பெண்மணி குறித்து விசாரித்தார்.

அவருக்கு உடல் நலம் சரி இல்லை என்று சொன்னார்கள்.

மற்றவர்களுக்காக, வீடு தேடிச்சென்று பிரார்த்திக்கும் வழக்கமுடைய நபிகள், உடனடியாக அந்தப் பெண்மணியின் வீட்டுக்கு படியேறிச் சென்றார்.

படுக்கையில், காய்ச்சலோடு போராடிக்கொண்டிருந்தாள் அந்தப் பெண்மணி.

'என்ன அம்மணி, இன்றைக்கு குப்பையை அடியேன் தலையில் கொட்டவில்லையே. தங்களுக்கு உடல் நலம் சரியில்லை என்று கேள்விப்பட்டேன். அதனால், பிராத்தனை செய்துவிட்டுப்போகலாம் என்று வந்தேன்' என்று சொல்லிவிட்டு, அங்கேயே மண்டியிட்டு தொழுகை புரிய ஆரம்பித்தார்.

அந்தப் பெண்மணியின் காய்ச்சல், அப்போதே குறையத் தொடங்கியது. சிறிது நேரத்தில், உற்சாகமாக எழுந்து அமர்ந்தார்.

அவரது கண்களில், நீர் ஆறாக ஓடியது. 'ஓ'வென்று அழுதபடி எழுந்தாள்.

'என்னை மன்னித்துவிடுங்கள் பிரபு. உங்கள் உள்ளத்தை அறியாமல் நான் தப்பு செய்துவிட்டேன்' என்றபடி, அவரது கால்களில் விழுந்து உருண்டாள்.

நபிகள், அந்தக் கொடுமைகளைச் சகித்துக்கொண்டதே ஒரு அதிசயம். அதோடு, அந்தப் பெண்மணிக்காகப் போய்ப் பிராத்தனை வேறு செய்து குணப்படுத்தினார்.

இதுபோல் மற்றொரு சம்பவமும் உண்டு.

'கைபர் போரின்' வெற்றி விழாவில், நபிகளுக்குப் பெரிய விருந்து ஏற்பாடு செய்யப்பட்டிருந்தது.

அதில், நபிகளோடு சேர்ந்து விருந்துண்ணும் அனைவருக்குமே உணவில் விஷம் கலக்கப்பட்டிருந்தது. உண்மையான இறைத் தூதராக நபி இருந்தால், அந்த விஷத்திலிருந்து தப்பிக்கட்டும் என்று சோதிக்கும் பொருட்டு விருந்து படைக்கப்பட்டது.

விருந்து பரிமாறியவரோ, ஒரு யூத குலத்துப் பெண்.

நபிகள்தான் இறைத் தூதர் ஆயிற்றே. அவருக்குத் தெரியாமல் போகுமா? உணவில் விஷம் கலக்கப்பட்டுள்ளது என்பதைப் புரிந்து கொண்டவர், கைகளைத் தூக்கி 'யாரும் சாப்பிடாதீர்கள், எழுந்து வாருங்கள்' என்று குரல் கொடுத்தார்.

அனைவரும் அதிர்ச்சியோடு எழுந்து நின்றார்கள். அவரசப்பட்டு சாப்பிட்ட ஒருவர் மட்டும் அந்த இடத்திலேயே உயிர் துறந்தார். உணவில் விஷம் கலக்கப்பட்டுள்ளது என்பதற்கு, அவரே சாட்சி யாகவும் ஆகிவிட்டார்.

குற்ற உணர்ச்சியோடு ஓடி ஒளிந்த அந்தப் பெண்மணியை, 'மன்னித்தேன்' என்று கூறி, நபிகள் தண்டிக்காமல் விடுத்தார்.

அது மட்டும் அல்ல...

மனிதனை மனிதன்

அண்மையில் ஆஸ்திரேலியாவில் நடந்தது இது.

டாமி என்ற இளம் பெண், தனது காதலனைக் கொன்று அவனது வயிற்றைக் கிழித்து, மாமிசங்களை உருவித் தின்றாள். அது மட்டுமல்ல, தனது நண்பனுக்கும் தொலைபேசியில் சொல்லி, சுவையான மனித உணவு கிடைத்திருக்கிறது. வருகிறாயா சேர்ந்து உண்போம்? என்று வேறு அழைத்திருக்கிறாள்.

ஆனால், அன்றே இது நடந்துவிட்டது.

'பத்துரு' என்ற போர்க்களத்தில், நபிகளுடைய சித்தப்பா ஹம்சா என்பவரை, கொரூரமான முறையில் எதிரிகள் கொலை செய்தார்கள். அவரது உதடுகளைக் கிழித்தும், நாக்கை வெட்டியும், காதுகளை அறுத்தும், மூக்கைத் துண்டித்தும் சின்னாபின்னமாக்கிவிட்டார்கள்.

இதற்கு மேலும் கொடுமை இருக்க முடியுமா என்று நபிகள் மனம் வெதும்பி இருந்தபோது, ஒரு பெண்மணி படு வேகவேகமாக அங்கு வந்தாள்.

வந்தவள், ஏற்கெனவே கோரமாகிக் கிடந்த அந்த மனிதரின் வயிற்றை தனது இரண்டு கைகளாலும் கிழித்தாள். மார்பையும் பிளந்தாள்.

இதயம், இரைப்பை, ஈரல் என்று ஒவ்வொரு அவயங்களாக உருவி எடுத்து, வாயில் வைத்துக் கடித்துக் கடித்து துப்பினாள். எத்தனை பகையுணர்ச்சி இருந்திருக்க வேண்டும் அவளுக்கு. அவர், சாந்தமே உருவான நபிகளின் உறவினர் என்ற ஒரே காரணத்துக்காக...

அப்போதும்கூட, நபிகள் என்ன செய்தார் தெரியுமா? அந்தப் பெண் மணியை மன்னித்தார். காரணம், அவரிடம் தியானப் பயிற்சி இருந்தது.

அவரைத்தான் இன்று இஸ்லாமிய சமூகம் தொழுதுகொண்டிருக்கிறது. குப்பை கொட்டிய பெண்மணியை அல்ல. கொன்று தின்ற பெண்மணி யையும் அல்ல.

குப்பை கொட்டிய பெண்மணி, தியானம் அறியாதவள். அப்படி இருந் திருந்தால், அந்தக் காரியத்தைச் செய்திருக்கமாட்டாள். அப்படியே தப்பித் தவறி கொட்டியிருந்தால், விழுந்தடித்துக்கொண்டு இறங்கி வந்து மன்னிப்புக் கேட்டிருப்பாள். தன் தவறுக்குத் தானே பொறுப் பேற்றிருப்பாள்.

சகிப்புத்தன்மை, சகித்தவர்களை சும்மா விடுவதில்லை சரித்திரத்தில் கொண்டுபோய் நிறுத்திவிடும். இது சத்தியம்.

ஒருவன், உன் ஒரு கன்னத்தில் அடித்தால், அவனுக்கு உன் மறு கன்னத்தையும் திருப்பிக் காட்டு என்றார் இயேசு கிறிஸ்து. அதில், உள்ள பொறுமையைப் பாருங்கள்.

'இப்படியே சகித்துக்கொண்டுபோனால், நம்மை இளித்தவாயராக்கி விடுவார்களே. இதற்குத்தான் தியானம் பண்ணச் சொல்கிறீர்களா? தன்மானத்தை அடகுவைத்துவிட்டு அவமானப்படும் தியானம், எனக்குத் தேவை இல்லை' என்றார் என் நண்பர் கஜா.

'அப்படிச் சொல்லாதீர்கள். தியானம் என்பது சகிப்புத்தன்மையை அளிப்பதுதான். அதற்காக, அது அநீதிக்கு இடம் தராது. தர்மத்தை

ஆதரிப்பது தியானம். அதற்காக, அதர்மத்தை வேடிக்கையும் பார்த்துக் கொண்டிராது' என்றேன்.

ரயில் பயணங்களில்...

சென்னை வந்த புதிதில், எங்கள் ஊருக்கு ரயிலில் போக வேண்டும் என்ற ஆசை வந்தது. 'சினிமா'வில், பட்டணத்திலிருந்து ரயிலில் வருவதாகக் காட்டுகிறார்களே என்ற நப்பாசை. அந்த ஆசையோடு, ரயிலடிக்குச் சென்று காத்திருந்தேன். ரயிலும் வந்தது. எனக்குப் பெருமை பிடிபடவில்லை. காலியாக இருந்த பெட்டிக்குள் சென்று கால் மேல் கால் போட்டு அமர்ந்துகொண்டு காலரையும் தூக்கிவிட்டுக் கொண்டேன். சற்று நேரத்தில், ஒருவர் வந்து 'எழுந்திருங்கள்' என்றார். நான் 'முடியாது' என்றேன்.

அவர் தனது பயணச்சீட்டை உற்றுப் பார்த்துவிட்டு, 'இது என் இடம், நகருங்கள்' என்று முறைத்தார்.

நானும், பதிலுக்கு எனது பயணச் சீட்டை எடுத்து அவரைப்போலவே உற்றுப் பார்த்துவிட்டு, 'நானும் உங்களைப்போலவே டிக்கெட் வாங்கி யிருக்கிறேன். நீங்கள் போய் அங்கு உட்காருங்கள்' என்று எதிரே கை காட்டினேன்.

'இப்போது இடத்தை விட முடியுமா, முடியாதா?' என்றார், அவர் ஏதோ ஒரு முடிவோடு.

'முடியவே முடியாது. பட்டிக்காட்டான் என்றால் அவ்வளவு கேவலமாகப் போய்விட்டதா?' என்று நான் நெஞ்சை நிமிர்த்திக்கொண்டு கேட்டேன்.

அவரோ, பேசாமல் இறங்கிப் போய்விட்டார்.

இப்படி எல்லாம் பேசினால்தான், மெட்ராஸில் காலம் தள்ள முடியும் என்று எனக்குள்ளாகச் சொல்லிக்கொண்டேன். அதில் ஒரு பெருமை.

ரயில் புறப்படுவதற்கான மணியும் ஒலித்தது. உள்ளுக்குள் ஒரே கொண்டாட்டம்.

ஆனால், அந்தக் கொண்டாட்டம் எல்லாம் பெரும் திண்டாட்டமாக முடியப்போகிறது என்பதை நான் சற்றும் உணரவில்லை.

சற்று நேரத்தில், ஒரு போலீஸ்காரர் தடியுடன் உள்ளே வந்தார். அவருடன் அந்த ஆசாமியும் வந்து நின்றார். போலீஸ்காரர் என்னிடம், 'டிக்கட் ரிசர்வ் செய்திருக்கிறாயா?' என்று கேட்டார்.

'டிக்கட் எடுத்துக்கொண்டுதான் வந்திருக்கிறேன்' என்று டிக்கெட்டை எடுத்து, அந்த போலீஸ்காரர் முகத்துக்கு நேராக இடிப்பதுபோல் நீட்டினேன்.

‘சரியான நாட்டுப்பொறத்தானா இருக்கியே. இப்பத்தான் நீ டிக்கெட் வாங்கிட்டு வந்திருக்கே. ஆனா இவரோ, பத்து நாளைக்கு முன்னா லேயே டிக்கெட் வாங்கிட்டிருக்காரு. இது ‘ரிசர்வ்டு கம்பார்ட்மெண்ட். போய் ‘அன்-ரிசர்வ்டு கம்பார்ட்மெண்ட்ல ஏறு’ என்று, லத்தியால் அடிக்காத குறையாக என்னைத் தட்டினார்.

எனக்கு லேசாகத் தலை சுற்றியது. காரணம், வண்டி நகன்றுவிட்டது. இழுக்காத குறையாக இழுத்து, தள்ளாத குறையாக வெளியே தள்ளினார் அந்தப் போலீஸ்காரர்.

நான் வெளியே இறங்கி, ‘அன்-ரிசர்வ்டு கம்பார்ட்மெண்ட்டைத் தேடி ஓடினேன், ஓடினேன், ஓடினேன், சென்ட்ரலின் ஓரத்துக்கே ஓடினேன்.

அதற்குள், பாழாய்ப்போன ரயிலும் கொஞ்சம் வேகமாக ஓடத் துவங்கி விட்டது. கூடவே சேர்ந்து, தலைதெறிக்க ஓடினேன். என்னோடு சேர்ந்து, ஒரு பட்டாளமும் மூட்டை முடிச்சுகளுடன் ஓடி வந்து கொண்டிருந்தது, கொடுமை.

‘ஒரே ஒரு அன்-ரிசர்வ்டு கம்பார்ட்மெண்ட். அதிலே கூட்டம் நிரம்பி வழிந்தது. நான்கு படிக்கட்டுகளில் நாற்பது கால்கள். ஒன்றை ஒன்று மிதித்த்...த்...த்...துக்கொண்டிருந்தன.

நான் பயந்துபோய்விட்டேன். ‘ரயிலும் போச்சு, பணமும் போச்சு’ என்று உணர்ந்தபோது, தலைக்குள் இடி இறங்கியதுபோல் ஆகி விட்டது.

என்னோடு ஓடிவந்தவர்கள், ‘ஏதாவது ஒரு பெட்டியில் ஏறிக் கொள்ளுங்கள். பிறகு பார்த்துக்கொள்ளலாம்’ என்றவாறு, என்னைப் பிடித்து முன்னால் தள்ளினார்கள்.

‘உலகத்தோடு ஒட்டி வாழ வேண்டும்’ என்று வள்ளுவரே சொல்லி விட்டார். வேறு வழியில்லாமல், நானும் அவர்களோடு சேர்ந்தது ஓடினேன்.

ஓடும் பெட்டிகள் ஓட, கைக்கு எட்டிய ஒரு பெட்டியில்போய் தொற்றிக் கொண்டேன்..

ஐயோ, அதுவும் ‘ரிசர்வ்டு கம்பார்ட்மெண்ட்டாம்’. அங்கும் என் ஜாதிக் காரர்கள் (அன்-ரிசர்வ்டு) உள்ளுக்குள் ஏற்கெனவே கூடியிருந்தார்கள். அவர்களைத் தள்ளிக்கொண்டு போக வழியில்லை. வேறு வழியில்லை. கழிவறைக்குள்ளே போய் தலைமறைவானேன்.

‘அதுதான் நகரும் நரகம்’ என்று கண்டேன். ஆனால், அதைவிடக் கொடு நரகம் ஒன்று அடுத்து வரப்போகிறது என்பதை அப்போது நான் எதிர் பார்க்கவில்லை.

வண்டி, திண்டிவனம் தாண்டி சென்றுகொண்டிருந்தது. வேறு ஒரு போலீஸ்காரர் முண்டி அடித்துக்கொண்டு எங்களிடம் வந்தார். 'இது ரிசர்வ்டு-கம்பார்ட்மெண்ட். இதுல எதுக்காக ஏறினீங்க? மரியாதையா இறங்கிடுங்க' என்றார், மிரட்டும் தொனியில்.

கையில் நீண்ட துப்பாக்கி வேறு வைத்திருந்தார். என் ஜாதிக்காரர்கள், ''அன்-ரிசர்வ்டு கம்பார்ட்மெண்ட்'டில் இடமே இல்லை. நாங்கள் எங்குதான் போவது. என்ன இது அநியாயம்' என்று கூக்குரல் கொடுத்துக்கொண்டிருந்தார்கள்.

'எனக்கு அதெல்லாம் தெரியாது. ஸ்ரீரங்கம் வருது. மரியாதையா இறங்கிடுங்க. இல்லாட்டா ஒருத்தனும் ஊர் போய்ச் சேரமாட்டீங்க. அத்தனை பேரையும் 'குண்டுக்கட்டா' கொண்டுபோய் உள்ள தள்ளிடுவேன். அப்புறம் 'பதினஞ்சு நாளைக்கு 'ரிமாண்டில்'தான் கெடக்கணும்' என்று கட்டைக் குரலில் கர்ஜனை செய்தார்.

'ஐயோ, நாளைக்குக் காலையில் 'கையில் மாலையோடு காத்திருக்கும் என் நண்பர்கள் என்ன நினைப்பார்கள்?' - கழிவறையில் ஏற்கெனவே குமட்டிக்கொண்டிருந்த வயிறு, இப்போது கலக்கவும் ஆரம்பித்தது.

அந்த நேரத்தில், ஸ்ரீரங்கமும் வந்து சேர்ந்தது. என் ஜாதிக்காரர்கள், அந்த போலீஸ்காரரை எதிர்த்து 'தர்ணா' செய்துகொண்டிருந்தார்கள். அவர் ஏதும் பேசவில்லை. நீண்ட துப்பாக்கியின் முனைகளைத் தனது இரு கைகளாலும் பிடித்துக்கொண்டு, எங்கள் முதுகில் வைத்து ஒரு தள்ளு தள்ளினார் பாருங்கள். அவரன்றோ அசுர பலமுள்ள போலீஸ்காரர்.

அத்தனை பேரும் பிளாட்ஃபாரத்தில் போய் 'அந்தோ...' என்று குப்புற விழுந்தோம். நானும் ஒரு பக்கமாக உருண்டுபோய் எழுந்து உட்கார்ந்தேன். என் கண்களில், பூச்சிகள் பறப்பதுபோல் இருந்தது. கொதித்து எழுந்தேன். ஆனால், குளிர்ந்து அமர்ந்தேன்.

காரணம், என்னிடம் தவறு இருந்தது. நான் முறைப்படி முன்பதிவு செய்திருக்க வேண்டும். அதைச் செய்யவில்லை அல்லது அன்-ரிசர்வ்டு கம்பார்ட்மெண்ட்டிலாவது முன்கூட்டியே போய் ஏறியிருக்க வேண்டும். இரண்டையுமே செய்யவில்லை.

இப்படி, திண்டுக்கல்லும் இல்லாமல் திண்டிவனமும் இல்லாமல் நட்டாற்றில் நிற்கிறோமே என்ற கவலையோடுபோய் ஒரு ஓரத்தில் உட்கார்ந்தேன்.

சிவனே என்று கண்களை மூடித் தியானம் செய்தேன். அப்போதுதான், தியானத்தில் எனக்கு ஒரு விஷயம் புலப்பட்டது. இதுவும் நல்லதுக்குத் தான். நம்ம ரெங்கநாதரைப் பார்க்கறதுக்கு நல்ல வாய்ப்பாச்சே என்று உற்சாகத்துடன் எழுந்தேன்.

காவிரியில் சென்று நீராடிவிட்டு, புத்துணர்ச்சியோடு திருவரங்கப் பெருமாள் சன்னதிக்குச் சென்றேன். என்னே ஆனந்தம்... என்னே ஆனந்தம்... வார்த்தைகளால் சொல்லக்கூடுமோ?

ஸ்ரீரங்கம் ஸ்டேஷனில், ரயிலிலிருந்து போலீஸ்காரர் என்னைத் தள்ளிவிடவில்லை. ஸ்ரீரங்கம் ஸ்டேஷனில் காத்திருந்து, ரெங்கநாதர் என்னை வாரி அணைத்துக்கொண்டார். இதுதான் எனக்கு நடந்தது. ஏனென்றால், நான் தியானத்தில் இருப்பவன்.

இதை முன்னிட்டு, இப்போதும் என் மனத்தில் ஓடும் சம்பவம் இதுதான். தென்னாப்பிரிக்காவில், காந்தி 'ரிசர்வ்' செய்துகொண்டுதான் ஏறியிருந்தார். ஆனாலும், காலால் உதைத்துத் தள்ளப்பட்டார், கறுப்பர் என்ற காரணத்துக்காக.

காந்தியோ எப்போதுமே தியானத்தில் இருப்பவர். ஆனால், அவரால் அந்த அநீதியைப் பொறுத்துக்கொள்ள முடியவில்லை. வெகுண்டு எழுந்தார், நியாயத்தோடு.

அவரது தனிப்பட்ட வாழ்வில் ஏற்பட்ட ஓர் அவமானம், ஒட்டுமொத்த இந்தியாவையும், ஆங்கிலேயரிடமிருந்து மீட்டுக்கொடுக்க வைத்து விட்டது.

காந்தியின் சகிப்புத்தன்மைதான், அவரை தேசத்துக்கே தந்தை ஆக்கியது. அது மட்டுமல்ல, உலகுக்கே அவரை மகா ஆத்மாவாக (மகாத்மா) ஆக்கியது. அவரிடம் இருந்தது தியானம். அதுவே, அத்தனைக்கும் காரணம்.

உடல் குறைகளும், மனக் குறைகளும்

ஒவ்வொருவருக்கும் இரண்டு குறைகள் உண்டு.

ஒன்று, உடல் குறை.

உடல் குறையில் வெளித் தெரிவது, தெரியாதது என்று இரண்டு வகை உண்டு.

உடல் குறையில் வெளித் தெரிவது, நிறம், உயரம், எடை மற்றும் ஊனம் சார்ந்தவை.

வெளித் தெரியக்கூடிய உடல் ஊனமுற்றவர்களுக்கு, இவ்வுலகில் இறுதிவரை உற்ற துணை யாரும் இல்லை. எதுவும் இல்லை, தியானத்தைத் தவிர.

பிறவியினாலோ, விபத்தினாலோ உடல் ஊனமுற்றவர்கள், தினமும் தவறாது தியானப் பயிற்சியில் ஈடுபட்டுவருவது மிகவும் அவசியம். அதன் மூலம், அவர்களுக்குத் தன்னோடு ஒரு அபிமானமும், அதுவே

தன்னம்பிக்கையாகவும் உருமாறி, இறை பக்தியுடன் ஒன்று சேரும்போது, அளப்பரிய ஆற்றல்களைத் தோற்றுவிக்கும்.

உண்மையில், ஊனம் இல்லாதவர்களைவிட ஊனம் உள்ளவர்கள், அபார சாதனை புரிபவர்களாக இருப்பார்கள். உலகின் மிகப்பெரிய சாதனையாளர்களில் பெரும்பாலானவர்கள், ஏதோ ஒருவகையில் உடல் ஊனம் கொண்டவர்களாக இருப்பதைக் காணலாம்.

அது, அவர்களுக்குள் எப்போதும் நிகழ்ந்துகொண்டிருக்கும் ஒரு நித்தியத் தியானத்தின் வெளிப்பாடே.

உடல் குறையில் வெளித் தெரியாதது சர்க்கரை நோய், வயிற்று வலி, தலை வலி போன்ற உடல் நோய்கள். இவற்றுக்கும், தியானத்தின் மூலமாகவே இயற்கை மருத்துவத்தைப் பெற்று குணமாக்கிக்கொள்ள முடியும்.

இன்னொன்று, மனக் குறை.

மனக் குறையில் வெளித்தெரிவது பயந்து நடுங்குவது, வியர்ப்பது, வாந்தி எடுப்பது, அழுவது, பிறரை அடிப்பது, கிள்ளுவது, தாக்குவது, சம்பந்தம் இல்லாமல் பேசுவது, கையில் கிடைப்பதைத் தூக்கி எரிவது, ஆடையற்ற நிலையில் உலா வருவது போன்ற சுயநினைவு இழந்த பித்தர் செயல்பாடுகள்.

மனக் குறையில் வெளித் தெரியாதது, கவலை, ஏக்கம், துக்கம், மனச் சோர்வு போன்றவை.

தாய் இல்லாதவளாக இருப்பாள். தாயோடு மகிழ்ச்சியாக இருக்கும் இன்னொரு பெண்ணைப் பார்த்து ஏங்குவாள். இது வெளித் தெரியாத ஏக்கம். அவளது வேதனை, அவளுக்குத்தான் தெரியும்.

கையில் அழுக்கு இருப்பதாகப் பாவித்து, திரும்பத் திரும்ப கழுவிக் கொண்டே இருத்தல் போன்ற செயல்கள். இது வெளித் தெரியும் மனக் குறையாகும்.

மொத்தத்தில் உடல், மனக் குறை இல்லாத மனிதர்களே இல்லை. எல்லோருக்குமே இந்த இரண்டு குறைகளுமே உண்டு. வெளியே தெரிந்தும், தெரியாமலும் இருந்துகொண்டிருக்கும். இல்லை என்று சாதித்தால், ஒப்புக்கொள்ள மறுக்கிறார்கள் என்று பொருள்.

5
தாழ்வு மனப்பான்மையும், தியானமும்

தாழ்வு மனப்பான்மை, மனிதனிடம் உள்ள ஒரு மனக் குறை. இந்த மனக் குறை என்பது, அறியாமையின் விளைவாக வருவது. அறியாமை என்றால் தன்னை அறியாமை.

தன்னை அறியும் மனப்பாங்கு வந்துவிட்டால், எல்லாக் குறைகளையும் நிவர்த்தி செய்துவிடலாம். தன்னைப் பற்றிய மதிப்புக் குறைவான எண்ணமே, தாழ்வு மனப்பான்மை. தன்னை மற்றவர்களிடம் ஒப்பிட்டுப் பார்த்து, தாழ்த்திக்கொள்ளும் ஒரு தப்பான எண்ணமாகும்.

மனிதன், தன்னைப்பற்றி உயர்வாகக் கருத வேண்டும். தனக்கு எவ்வளவு குறை இருந்தாலும், அதை நிறைவாகக் கருத வேண்டும். இந்த ஞானம் வருவதற்கு, மனத்தில் முதலில் நம்பிக்கை வேண்டும். அவனே முழுமையான மனிதன்.

நம்பிக்கை இன்மையே, எல்லாவிதமான குறைகளுக்கும் காரணமாக இருக்கிறது.

படிக்கும் காலத்தில், நன்றாகப் படிக்க வேண்டும் என்ற காரணத் துக்காகப் பெற்றோர் தங்கள் பிள்ளைகளை மற்ற பிள்ளைகளுடன் ஒப்பிட்டுப் பேசுவார்கள். நானே நேரில் பார்த்திருக்கிறேன்.

ராமு, ராஜா - இருவரும் நண்பர்கள்.

ராமு வீட்டில் ராஜா சென்று படிப்பது வழக்கம். ராஜா இயல்பாகவே நன்றாக படிப்பவன். ராமு கொஞ்சம் 'சுமார்'தான். எல்லா பாடத்திலும் மிகக் குறைவான மார்க் எடுத்திருந்தான். நான், நண்பர்களைச் சந்திக்கச் சென்றிருந்தபோது, ஒரு பஞ்சாயத்து நடைபெற்றுக்கொண்டிருந்தது. ராமுவின் மூத்த அண்ணன், தனது தம்பியின் குறைவான மார்க்குகளைப் பார்த்துவிட்டு, கடுமையாகப் பேசிக்கொண்டிருந்தார்.

நான், வேடிக்கை பார்த்துக்கொண்டிருந்தபோதே, அந்த மூத்த அண்ணன் சற்றும் யோசிக்காமல் இப்படிக் கத்தினார்.

'ராஜா, இவனுக்கு என்ன சொன்னாலும் மண்டையில ஏற மாட்டேங் குதுப்பா. நீ நல்லாப் படிக்கிற பையன். உன்னோட மூத்திரத்தைப் பிடித்து இவனுக்குக் கொடு, குடிக்கட்டும். அப்பவாவது, இவனுக்குப் படிப்பு ஏறுதான்னு பார்ப்போம்...'

ராஜாவைப் பார்க்கும்போது, பரிதாபமாகப் போய்விட்டது.

எதுக்குமே லாயக்கு இல்லை... மாடு மேய்க்கத்தான் லாயக்கு... தெண்டச் சோறு... உதவாக்கரை... இடி மண்ணு... மண்ணாங்கட்டி... பூமிக்குப் பாரம்... கையால் ஆகாதவன்... வெட்டிப் பயல்... வீணாப்போனவன்...

இதுபோன்ற வார்த்தைகளை, வளரும் பருவத்தினரைப் பார்த்து யோசிக்காமல் சொல்வார்கள். அது, எத்தனை பெரிய ஆபத்து தெரியுமா?

வார்த்தைகளுக்கு விசேஷமான சக்தி இருக்கிறது. அது, சம்பந்தப்பட்ட வர்களை அப்படியே முடமாக்கிப் போட்டுவிடும். தன்னைப் பழித்துக் கூறப்பட்ட வார்த்தைகளை, ரோஷத்தோடு எதிர்கொண்டு, வென்று நிரூபித்துக் காட்டியவர்கள் இருக்கின்றனர்.

மற்ற அனைவருமே, தாங்கள் அப்படித்தான்போலும் என்று தங்களைத் தாங்களே குறைவாக மதிப்பிட்டுக்கொண்டு, கீழ் நிலையிலேயே கிடப் பார்கள். தாழ்வு மனப்பான்மையே ஆபத்தானது. அந்த மனப் பான்மையை முறியடிப்பதை விட்டுவிட்டு, அதற்கே அடிபணிந்து போய்க் கிடந்தால் என்ன ஆவது? அவர்களை, ஆண்டவனே வந்தாலும் காப்பாற்ற முடியாது.

காட்டில் சுதந்தரமாகச் சுற்றிப் பறந்து திரிந்த கிளியைக் கொண்டுவந்து, கூண்டில் அடைத்து வைத்திருக்கிறான் கிளி ஜோசியன். எங்கள் ஊருக்கு வெளியே ஒரு பெரிய அரச மரம். கிளியிடம், சீட்டை எடுத்துப் போடுமாறு ஜோசியன் சொல்வான். அதுவும் கூண்டைவிட்டு வெளி வரும். 'அட அறிவுகெட்ட கிளியே, அருமையான வாய்ப்பு இது. அழகான சிறகுகள் இருக்கின்றன. இதுதான் சமயம் என்று பறந்துபோக வேண்டியதுதானே. மேலேதான் இருக்கின்றன மரக்கிளைகள்' என்று மனத்துக்குள் சொல்லிக்கொள்வேன்.

அந்த முட்டாள் கிளி, அன்னாந்து மேலே பார்த்தால்தானே. குனிந்த தலையோடு, மணப்பெண்போல் வந்து, ஜோசியன் சொல்லுக்காக, சில சீட்டுகளை எடுத்துப் போட்டுவிட்டு, மீண்டும் தலையைக் குனிந்து கொண்டே, தானாகப் போய் கூண்டுக்குள் அடைபட்டுக்கொள்ளும்.

என்னைப் பொறுத்தவரை, அது ஒரு தாழ்வு மனப்பான்மை.

112

தெருவில் கிடந்த நாயை, வீட்டுக்கு எடுத்து வந்து வளர்க்கிறோம். வளர்ந்த பிறகு, தனது இனத்தைத் தேடி தெருவுக்கே ஓடலாமே. அதுவும், வளர வளர நம்மை விட்டுப் போகாமல், நாம் பட்டினி போட்டாலும், அடித்தாலும்கூட நம்மை விட்டுப் போக மறுக்கிறதே...

என்னைப் பொறுத்தவரை, அதுவும் ஒரு தாழ்வு மனப்பான்மை.

அதைவிட அதிசயம் பாருங்கள். மனிதனைத் தயவு தாட்சண்யம் பாராமல் கொன்று தின்ன வேண்டிய கரடி, புலி, சிங்கம் போன்ற கொடிய வன விலங்குகள், சர்க்கஸ் கூடாரங்களில், அத்தனை ஜனங் களுக்கும் முன்னால், வெட்கத்தை விட்டு வேடிக்கை காண்பித்துக் கொண்டு நிற்கின்றன.

வேதனையாக இல்லை? காரணம், தாழ்வு மனப்பான்மை.

எத்தனையோ பேரைப் பார்த்திருக்கிறேன். அற்புதமான திறமைகள் இருக்கும். ஆற்றல் இருக்கும். தங்கள் தகுதிக்கேற்ற வேலையில் சேர்ந்து வசதியாக வாழ்வதை விட்டுவிட்டு, குறைவான சம்பளத்தில், ஒரு சாதாரண வேலையில், ஆணி வைத்து அடித்தாற்போல் ஒட்டிக்கொண்டிருப்பார்கள். காரணம், அவர்களிடம் உள்ள தாழ்வு மனப்பான்மை.

இதை எல்லாம்விட கொடுமை. அதையும் பார்த்திருக்கிறேன். மிகப் பெரிய பாடகனாக இருப்பான். பாடத் தெரியாத வனிடம் வேலை செய்துகொண்டிருப்பான்.

நல்ல சினிமா ஞானம் உள்ளவனாக, திறமையானவனாக இருப்பான். ஒரு படத்தை எவ்வளவு அழகாக எடுத்து, எப்படி வெற்றிகரமாக ஓட வைக்க முடியும் என்ற எல்லா புள்ளிவிவரங்களும் அவனுக்குத் தெரியும். ஆனால், ஒரு தொழில் தெரியாத டைரக்டரிடம் 'அஸோஸியேட்டாக' இருப்பான். கேட்டால், 'எனக்குக் குடும்பம் இருக்கிறது. பிள்ளை குட்டிகள் ஆகிப்போச்சு. அந்த விபரீத விளையாட்டு எல்லாம் வேண்டாம்' என்பான்.

எத்தனையோ புதிய இயக்குநர்களின் படங்கள் எல்லாம் 'சூப்பர் ஹிட்' ஆகும் மர்மம் யாருக்குத் தெரியப்போகிறது. படத்தை, வெற்றிகரமாக உருவாக்கிக்கொடுத்த அஸோஸியேட் டைரக்டரை விட்டுவிட்டு, 'விஷயம் தெரியாத' டைரக்டருக்கு, மகத்தான பாராட்டு விழா எடுத்துக்கொண்டிருப்பார்கள்.

தாழ்வு மனப்பான்மை, நம்மைத் தாழ்த்தியே வைத்துவிடும்.

மண வாழ்க்கையிலும், இந்தத் தாழ்வு மனப்பான்மை குறுக்கிட்டு நிம்மதியைக் கெடுத்துவிடும்.

அழகான பெண்ணை மணம் முடித்தால், அவனுக்குத் தாழ்வு மனப்பான்மை தானாக வந்துவிடுகிறது. அழகே இல்லாத பெண்ணை முடித்தால்கூட, தாழ்வு மனப்பான்மை வந்துவிடுகிறது, அவள் பெரிய பணக்காரியாக இருந்துவிட்டால்.

'கண்ணா, கருமை நிறக் கண்ணா...
உன்னைக் காணாத கண்ணில்லையே...
உன்னை வெறுப்பாரில்லை... கண்டு மறுப்பார் இல்லை...
என்னைக் கண்டாலும் பொறுப்பார் இல்லை...'

என்பது பழைய திரைப்படப் பாடல். அது, கருமை நிறம் கொண்டு, கல்யாணச் சந்தையில் விலைபோகாமல் நிற்கும் கன்னிப் பெண்களின் தாழ்வு மனப்பான்மையை வெளிப்படுத்தும், கண்ணதாசனின் அற்புதமான பாடல்.

தமிழ்க்குடி மக்களுக்குத் தாழ்வு மனப்பான்மை கொஞ்சம் அதிகம்தான்.

கருப்பு நிறத்தோடு பிறந்த இளைஞர்கள், கருப்பு நிறத்தில் வெற்றி பெற்ற கதாநாயகனின் ரசிகனாக மாறுவது, அவர்களிடம் உள்ளத் தாழ்வு மனப்பான்மையின் வெளிப்பாடு ஆகும்.

குண்டானவர்கள், குண்டு நடிகர்களின் ரசிகர்களாக இருப்பார்கள். குள்ளமானவர்கள், குள்ளமான நடிகர்களுக்காக உயிரையே கொடுப்பார்கள்.

தன்னைக் குறித்து, தானே இழிவாகக் கருதும் தமிழன், திரை உலகில் வெற்றிபெற்றவனைப் பார்த்து, தனது சார்பாக ஆறுதல் அடைகிறான். அவனது நிழலில்போய் ஒண்டிக்கொள்ள, மன்றம் அமைத்துக்கொண்டு பாடுபடுகிறான்.

தலை நிமிர்ந்து வாழவேண்டிய தமிழன், அண்டை அயல் நாட்டார் களிடம் கை கட்டி, வாய் பொத்தி, அடிமையாக வேலை செய்து கொண்டிருக்கிறான். இங்கே பணத்துடன் வரும்போது, பெருமையாகத் தலையை உயர்த்திக்கொண்டு வருவான். திரும்பி அந்த நாட்டுக்குப் போகும்போது, இழிநிலைக்குத் தன்னை மாற்றிக்கொள்வான். காரணம், அவனிடம் உள்ள தாழ்வு மனப்பான்மை.

பொதுவாகவே, இல்லாதவர்களுக்கு இருப்பவன் முன்னால் இந்தத் தாழ்வு மனப்பான்மை சொல்லாமலேயே வந்துவிடுகிறது. தாழ்வு மனப்பான்மை, தாற்காலிகமானது அல்ல; அது நிரந்தரமானது.

நாமாக, சுயமாகச் சிந்தித்து விழிப்படைந்து மாற்றிக்கொண்டால்தான் உண்டு. இல்லாதுபோனால், காடுபோய்ச் சேரும்வரை, குறைபாடு குறைபாடுதான்.

சர்க்கஸ் கூடாரங்களில் வாழும் சிங்கம், புலி, கரடிகள், ஒருநாளாவது மனிதர்களைக் கொன்று தின்றதாகக் கேள்விப்பட்டிருக்கிறீர்களா? கிழட்டுச் சிங்கமாகி,கிழட்டுப் புலியாகி, கிழட்டுக் கரடியாக செத்தாலும் சாகுமேயொழிய, ஒருநாள் ஒருபொழுதேனும், தனது இனத்துக்கே பெருமை சேர்க்கும் மிருகக்குணத்தை வெளிக்காட்டாது.

காரணம், அவற்றிடம் பழகிப்போன, அவற்றுக்கே தெரியாத 'தாழ்வு மனப்பான்மை'.

மிருகங்களைச் சொல்லிக் குற்றமில்லை. அவை, மனிதனால் உருட்டி, மிரட்டி, அடித்து, உதைத்தே பழக்கப்படுத்தப்பட்டுவிட்டன. அவற்றுக்குச் சொந்த அறிவும் இல்லை. 'பகுத்தறிவுள்ள மனிதனுமா அப்படி இருக்க வேண்டும்? ஆனால், அப்படி இருக்கிறானே. காரணம், அவனிடம் உள்ள தாழ்வு மனப்பான்மை.

மேடையில் அற்புதமாகப் பேசி அனைவரையும் மணிக்கணக்காக அமர வைக்கக்கூடிய பேச்சாற்றல் இருக்கும். ஆனால், தாழ்வு மனப்பான்மை யால் அந்தப் புகழ் வாழ்க்கையைத் தவறவிட்டிருப்பார்கள்.

கதாநாயகனைவிட, திறமையான நடிப்பாற்றல் இருக்கும். ஆனால், கதாநாயகனிடம் கார் டிரைவராக இருப்பார். காரணம், தாழ்வு மனப்பான்மை.

கதாநாயகியைவிட, சிறந்த நடிப்பாற்றல் இருக்கும். கதாநாயகியின் அலங்காரக் பெட்டியைச் சுமந்துகொண்டிருக்கும் 'டச்-சப்' பெண்ணாக கால் வலிக்க நின்றுகொண்டிருப்பாள்.

தாழ்வு மனப்பான்மை என்பது, நம்முடைய உருவத்தை நமக்கே தெரி யாமல் மறைத்துக்கொண்டிருக்கும், நம் வீட்டுக் கண்ணாடியின் அழுக்கு. அதைக் கொஞ்சம் கொஞ்சமாக, தேய்த்துத் தேய்த்துத் துடைக்க வேண்டும்.

கண்ணாடி என்றால், ஒரே நாளில் ஒரே பொழுதில், சோப்புப் போட்டு கழுவி 'பளிச்'சென்று துடைத்துவிடலாம். ஆனால், இது, மனக் கண்ணாடி ஆயிற்றே. கொஞ்சம் கொஞ்சமாகத்தான், நாள்படத் துடைத்துக்கொண்டிருக்க வேண்டும், தியானத்தால்.

உங்களுக்கு, எப்படிப்பட்ட தாழ்வு மனப்பான்மையாக வேண்டு மானாலும் இருக்கட்டுமே. நீங்கள், அஞ்ச வேண்டாம். அந்தத் தாழ்வு மனப்பான்மையில் இருந்து நிச்சயமாகப் பூரணமாக ஒருநாள் வெளி வருவீர்கள். நம்புங்கள். இன்றே, இப்போதே துவங்குங்கள், தியானத்தை.

6

கோபமும், தியானமும்

கோபம், மனிதனுக்கு இருக்கக்கூடாத ஒரு குணம். ஆனால், தவிர்க்க முடியாத குணம். அதேவேளை, கொஞ்சம் இருக்க வேண்டிய குணமும்கூட. கோபத்தின்போது, 'கார்சிசால்' என்ற அமிலம் அதிக மாகச் சுரக்கிறது. இது இதயத்தைப் பாதிப்பது. அதிகமாகக் கோபப் படுகிறவர்கள்தான் 'மாரடைப்புக்கு' பலியாகிறார்கள். ஆண்டுதோறும், ஆயிரம் ஆயிரம் அமெரிக்கர்கள், கோபப்படுவதால் ஏற்படும் இதயத் தாக்குதலால் இறந்துபோகிறார்கள் என்று கணக் கிடப்பட்டுள்ளது.

கோபம், விளையாட்டுகளின்போதுதான் அதீதமாக உருவாக்கப்படு கிறது என்று கண்டறிந்திருக்கிறார் அமெரிக்க மருத்துவர் லாம்பெர்ட்.

இயற்கையாக, மனிதனுக்கு மனிதன் இடையே ஏற்படும் கோபமே மோசமானது. இதிலும், செயற்கையாக வேறு கோபத்தை ஏற்படுத்திக் கொண்டால் என்ன ஆவது?

விளையாட்டுப் போட்டிகளைத் தீவிரமாக ரசிப்பவர்களுக்கு இதய நோய்கள் ஏற்படுவதற்கான வாய்ப்புகள் அதிகம் என்று சொல்கிறார் அவர்.

கிரிக்கெட் போன்ற விளையாட்டுப் போட்டிகளில், எதிர் அணி மீது ஏற்படும் கோபங்கள், நமக்கு நாமே செயற்கையாக ஏற்படுத்திக் கொள்பவை.

அதுமட்டுமல்ல, இவ்விளையாட்டுப் போட்டிகளில், தங்கள் அணி வெற்றிகளைக் குவிக்கும்போது, சத்தம்போட்டு மகிழ்ச்சியை வெளி யிடும்போதும் இதயம் பாதிக்கப்படுகிறது. ஆதங்கம், வெறித்தனம் யாவும், விளையாட்டுப்போட்டிகளின் ஈடுபாட்டால், நம்மைத் தீய வினைகளுக்கு ஆட்படுத்திக்கொள்வதாகும்.

நம் நாட்டில் இறந்துபோகிறவர்களை எல்லாம் நாம் கணக்கு எடுப்ப தில்லை. எடுத்தால் தெரியும், எத்தனை பேர் கோபத்தால் இறந்தார்கள் என்று. கோபம் வந்தால் ரத்த அழுத்தம் கூடுகிறது. அதனால், இதய

நோய் ஏற்படுவதற்குக் காரணம் ஆகிறது.

கோபம் உள்ள இடத்தில் குணமும் உண்டுதான். இல்லை என்று சொல்லவில்லை. இதுதான், மனிதனுக்கு உள்ள பொதுவான இலக்கணம். கோபம் இல்லாமலும் இருக்க முடியாது. கோபப்பட்டுக் கொண்டேயும் இருக்க முடியாது.

உணவுக்கு உப்பு தேவை. அளவு கூடினாலும் சுவைக்காது. குறைந் தாலும் சுவைக்காது. உப்பை அறவே நீக்கிவிட்டால், முழுமையான ஆரோக்கியம் உறுதி.

உப்பு, பால், சர்க்கரை ஆகிய மூன்று வெள்ளை வஸ்த்துகளையும் நீக்கி விட்டால், எந்த நோயிலும் அழுந்தவேண்டியது இல்லை.

ஆயினும், கோபம் என்பது மனிதன் கட்டாயமாகக் கட்டுப்படுத்தியாக வேண்டிய ஒரு துர்க்குணம். கோபம் என்பது நெருப்பு போன்றது. அது காட்டுவோரை அழித்துவிடும்.

அடுத்தவன் வீட்டுக்கு நெருப்பு வைப்பவன், முதலில் தனது கொள்ளியில்தான் நெருப்பை ஏற்றுகிறான். முதலில், அவனுடைய உடைமைதான் எரிகிறது. பிறகுதான், அடுத்தவன் உடைமை எரிகிறது.

இது எதைக் காட்டுகிறது?

அடுத்தவனுக்குத் தீமை செய்பவன், முதலில் தனக்கே தீமை செய் கிறான். அதாவது, அவன் அடுத்தவன் வீட்டுக்கு வைக்கும் தீ, அப்படியே சுற்றிச் சுற்றி, மறைந்து மறைந்து, வளைந்துநெலிந்து, பாம்புபோல் ஒருநாள் உன் வீட்டுக் கூரை மீதே வந்து ‘படம்’ எடுக்கும். எரித்துச் சாம்பலாக்கும் ஜாக்கிரதை.

ஊரே கூடி வந்து பார்க்கும். ஆனால், ஒருவராலும் அதை அணைக்கவும் முடியாது. அப்போது ஊரே சொல்லும். இவன் அன்று அடுத்தவன் வீட்டுக்கு வைத்த தீதான் இன்று அவன் வீட்டுக்கே திரும்பி வந்திருக் கிறது.

நெருப்பு என்றல்ல, எதுவானாலும் அதுதான்.

‘...நினைக்கத்... தனக்கு...’

நீ அடுத்தவனைக் கடுமையாகப் பேசினால், ஒருநாள் நீ இன்னொரு வனிடம் பேச்சுவாங்கிக் கட்டிக்கொள்வாய்.

நீ அடுத்தவனை அடித்தால், ஒருநாள் அடிபடுவாய்.

நீ அடுத்தவனை மிதித்தால், மிதிபடுவாய்.

உதைத்தால், உதை படுவாய்.

நீ அடுத்தவனுக்குப் பசியாற்றினால், நீ ஒருநாள் பசியாறுவாய்.

நீ அடுத்தவனை அரவணைத்தால், அரவணைக்கப்படுவாய்.

நீ ஆதரித்தால், ஆதரிக்கப்படுவாய்.

கொன்றால், கொல்லப்படுவாய்.

காப்பாற்றினால், காப்பாற்றப்படுவாய்.

மன்னித்தால், மன்னிக்கப்படுவாய்.

வாழவைத்தால், வாழ்விக்கப்படுவாய்.

கொடுத்தால், பெறுவாய். கொடுத்ததையே பெறுவாய்.

அதுவே, 'நினைக்கத் தனக்கு' - என்பதன் உட்பொருள்.

இந்த நியதியிலிருந்து, யாராலும் தப்பிக்க முடியாது.

இதைத்தான், சென்னைப் பல்கலைக் கழகத் தமிழ்த் துறைப் பேராசிரியர் அரங்க. இராமலிங்கம், தனது கூட்டங்களில் தவறாது சொல்லிவருகிறார்.

'நினைக்கத் தனக்கு... நினைக்கத் தனக்கு...'

நீ நினைப்பது உனக்கு. நான் நினைப்பது எனக்கு.

நல்லதானாலும் சரி. கெட்டதானாலும் சரி.

இதை மாற்றமுடியாது. இதுதான் 'வினை'.

'விதி'யைக்கூட மதியால் வெல்லலாம். ஆனால், 'வினை'யில் தினை அளவுகூட மாற்றம் செய்ய முடியாது.

பொல்லாதது கோபம். அதை முன்னோர்கள், ஏன் நெருப்புக்கு ஒப்பிட்டார்கள் என்று யோசிக்க வேண்டும். நெருப்பு, வைக்கப்பட்டவனை அழிக்கும். வைத்தவனையும் அழிக்கும்.

அதனால், கோபத்தைக் கூடுமானவரை குறைக்கப் பார்க்க வேண்டும்.

கோபம் அதிகரிக்கும்போது, உடல், மனம் இரண்டு ஆரோக்கியங்களும் பாதிக்கப்படுகின்றன.

உடல் அளவில் ரத்த அழுத்தம் அதிகரிக்கிறது. ரத்தத்தில் சர்க்கரையின் அளவு கூடுகிறது. இதயம் பாதிக்கப்படுகிறது. 'கார்சிகால்' என்ற ரசாயனத் தன்மை, உடலில் அதிகரித்துவிடுகிறது. இது, மன அமைதியைச் சீர்குலைக்கிறது.

ஜீரண நீர் அதிகம் சுரப்பதால், வயிற்றுப் புண்கள் ஏற்படுகின்றன. இதயம் துடிப்பதற்கான மின்சாரம், மூளையிலிருந்தே இதயத்துக்கு

நரம்புகள் மூலம் கிடைக்கிறது. கோபம் அதிகரிக்கும்போது, இதயத்தின் மின்சாரம் திடீரென்று அதிகரிக்க, இதயத் துடிப்பும் அதிகரித்துவிடுகிறது. இதனால், இதயம் பழுதுபட்டுத் திடீரென்று நின்றுபோய்விடக்கூடும். அதுவே, மாரடைப்பு.

உயிருக்கே ஆபத்தானது மட்டுமல்ல, நமது கோபத்தால் பாதிக்கப் பட்டவர்களின் மனம் என்ன பாடுபடும் என்பதையும் யோசிக்க வேண்டும்.

'வாய்க்கு வந்தது எல்லாவற்றையும் பேசிவிடக் கூடாது.

சாலையில் நாம் நமது வாகனத்தில் ஒருவழிப் பாதையில் ஒழுங்காகப் போய்க்கொண்டிருப்போம். அப்போது, சாலை விதிகளை மீறி, நாம் செல்லும் ஒருவழிப் பாதையிலேயே நமக்கு எதிராக ஒரு வாகனம் வரும். நல்லவேளையாக, நாம் 'பிரேக்' போட்டு நின்றுவிடுகிறோம்.

'ஏனய்யா, இப்படி தப்பான ரூட்டில் வந்தாய்? என்று கேட்டால், 'வாயை மூடிட்டுப் போறீயா, இல்லை வாங்கிட்டுப் போறீயா?' என்று, தப்பாக வந்தவன் நம்மை மிரட்டுவான். என்ன சொல்ல முடியும்.

'நீ தப்பாக வந்துவிட்டுஇப்படிப் பேசுகிறாயே, இது உனக்கே நல்லா இருக்கா? என்று கேட்டால், ஆயுதத்தை எடுத்து நீட்டுகிறான்.

நியாயம் கேட்டுக்கூட, இந்தக் காலத்தில் கோபத்தைக் காட்ட முடிவ தில்லை. அதனால், பொறுமை காக்க வேண்டியது ஒன்றே நம்மை நாம் காப்பதாக ஆகிறது.

கோபத்தை வெல்ல முடியாமல் எல்லோருமே கஷ்டப்படுகிறார்கள். மற்றவர்கள் திருந்த வேண்டியதன் பொருட்டு காட்டப்படும் கோபம், நியாயமானதே. தப்பான வழியில் போய்விடக் கூடாது என்பதற்காக, பிள்ளைகளிடம் காட்டப்படும் கோபமும் நியாயமானதே.

கோபம் உள்ள இடத்தில்தான் குணமும் இருக்கும் என்பது மாபெரும் உண்மை.

இயக்குநர் கே. பாலசந்தரிடம் பேசிக்கொண்டிருந்தபோது, நான் கேட்டேன்.

'நீங்கள், படப்பிடிப்பின்போது நடிகர்களை அடித்துவிடுவீர்களாமே?'

அவர் சிரித்துக்கொண்டே சொன்னார், 'ஆமாம். எப்போதுமே என்னுடைய கோபத்தில் ஒரு நியாயம் இருக்கும். இந்தக் காட்சியை நன்றாகச் செய்தால், இவருக்கு நல்ல பெயர் கிடைக்குமே என்ற ஆதங்கத்தில் அப்படி அடிப்பது உண்டு.

அப்போதுதான், நான் புருவங்களை உயர்த்தினேன்.

'உலக நாயகன்' கமலஹாசனும், 'சூப்பர் ஸ்டார்' ரஜினிகாந்தும் பெற்றுள்ள இமாலய வெற்றியின் பின்னணி எத்தகையது. அந்தப் பின்னணிக்குப் பின்னணி என்ன என்ற உண்மை இப்போதுதானே புரிகிறது.

நியாயமான முறையில், நியாயமான வார்த்தைகளால் காட்டினால், எந்தக் கோபமும் எடுபடும்.

மொத்தத்தில், கோபத்தைக் காட்டவே கூடாது. அப்படிக் காட்ட நேரிட்டால், அதைக் கண்ணியமான வார்த்தைகளால் நிதானமாகக் காட்ட வேண்டும்.

முள்ளின் மீது விழுந்துவிட்ட சேலையை, பக்குவமாகப் பொறுமை யாக எடுத்தாக வேண்டும். இல்லாவிட்டால், சேலைக்குத்தான் சேதாரம்.

அந்தப் பொறுமையையும், பக்குவத்தையும் ஒருங்கே தரவல்ல ஒப்பற்ற பயிற்சி முறை, தியானம் மட்டுமே.

கோபம் வந்தவுடன், உடனே கண்களை மூடிக்கொண்டு தியானத்தில் அமர்ந்துவிடுங்கள்.

அதைவிட, 'தினசரி'த் தியானப் பயிற்சியில் இருந்துவந்தால், நிச்சயம் கோபமே வாராத மனிதராக வாழ்வீர்கள்.

7

பிடிவாதமும், தியானமும்

'தூங்குபவனை எழுப்பிவிடலாம். ஆனால், தூங்குவதுபோல் நடிப்பவனை எழுப்புவது சிரமம். அது நடக்காத காரியம்'.

'வாதத்துக்கு மருந்து உண்டு. பிடிவாதத்துக்கு மருந்தே இல்லை' என்பவை, பிடிவாதக் குணத்தைப் பிரதிபலிக்கும் பழமொழிகள்.

என்னதான் சோப்புப் போட்டாலும், வெளுக்காத சில கந்தல் துணிகள் இருக்கும். குருட்டு அழுக்கு, அந்த துணியின் நூலிழைகளோடு ஐக்கியமாகி, நிறத்தோடு நிறமாகிவிடும். அமிலத்தில் போட்டால்கூட போகாது. அப்படிப்பட்ட துணிகளை தூக்கி எரிந்துவிடுவார்கள்.

பிடிவாதத்தைத் தளர்த்திக்கொள்ளாதவர்களைவிட்டு, உறவுகள் பிரிந்து சென்றுவிடும்.

கோபம் காட்டுவோரிடம்கூட நட்பு விலகாது. காரணம், கோபம் காட்டுவோர் ஒரு சமயம் கோபம் இல்லாதவர்களாக இருப்பார்கள்.

பிடிவாதக்காரர்கள், யார் என்னதான் எடுத்துச்சொன்னாலும் கேட்டுக் கொள்ளவேமாட்டார்கள். எப்போதும், அதே பிடிவாதத்தோடு இருப்பார்கள்.

ஒரு சின்னப் பிள்ளைகூடச் சொல்லிவிடும், இது தப்பு என்று. ஆனால், அவர்கள் ஒப்புக்கொள்ளவே மாட்டார்கள்.

இளங்குற்றவாளிகளை, போலீஸார் பிடித்துக்கொண்டு போவார்கள். விசாரணை என்ற பெயரில் அவர்களை நையப் புடைப்பார்கள். அதனால், உயிரே போனாலும் சரி, தனது தவறை ஒப்புக்கொள்ள மாட்டார்கள்.

இந்தக் குணத்தைத்தான், புனித பைபிளில் 'பிடிவாதக்கார ஆவி பிடித்தவன்' என்று சொல்லப்பட்டுள்ளது.

பிடிவாதம் செய்வோருக்கே தெரியும். தனது உறவுகள் அனைத்தும் தன்னைவிட்டுப் பிரிந்துபோய்விட்டதற்குத் தனது பிடிவாதம் ஒன்றே காரணம் என்று.

அவர்கள் செய்ய வேண்டியது, ஒன்றே ஒன்றுதான். எங்கும் போக வேண்டாம். பேசாமல், ஒரு தனி இடத்தைத் தேர்ந்து எடுத்துக்கொண்டு போய், 'கம்'மென்று உட்கார்ந்துவிட வேண்டியதுதான்.

தெளிந்த குளத்தில்தான் தரை மட்டம் தெரியும். தியானத்தின்போது தான், தான் செய்த தவறுகள் அனைத்தும் தனக்கே உணர்த்தப்படும்.

நடைப் பயிற்சியும், தியானமும்

தினமும், குறிப்பிட்ட நேரம் கண்களை மூடி அமர்ந்தால் தியானம் ஆகும். ஆனால், உட்கார நேரம் இல்லை என்பதே, இன்றைக்கு எல்லோரது வாதமுமாக இருக்கிறது.

தியானத்தைவிட, நடைப் பயிற்சியே நல்ல பலன் அளிக்கிறது என்று கூறுவோர் உண்டு. காரணத்தை ஆராய்ந்து பார்த்தபோதுதான், ஒரு உண்மை தெரிந்தது.

ஒவ்வொருவருக்கும், மனத்துக்குள் ஒரு கவலை, ஒரு பிரச்னை, ஒரு அச்சம் உறுத்திக்கொண்டிருக்கிறது. அந்தப் பிரச்னைக்கு, ஆழமான முறையில் பூர்வாங்கமானத் தீர்வை ஏற்படுத்த தியானம் உதவும். ஆனால், அதில் நம்பிக்கை இல்லாதவர்கள், மேலோட்டமான தீர்வை தேடுவார்கள். அதற்கு நடைப் பயிற்சியை மேற்கொள்வார்கள். நடையைப் பார்த்தாலே தெரியும். படு வேகமாக இருக்கும். முகம் பரபரப்பாக இருக்கும். பிரச்னையை போட்டு, அக்கு வேறு ஆணி வேறாக மனத்துக்குள் குதறிக்கொண்டிருப்பார்கள்.

அதனால், பிரச்னைக்குக் காரணமானவர்கள் மீது ஆத்திரமும் கோபமும் ஏற்படும். சாத்வீகமான முறையில் தீர்வைத் தேடாமல், சத்ருமார்க்கத்தை நாடுவார்கள். அதாவது, அறிவுபூர்வமான தீர்வைத் தேடாமல், உணர்ச்சி பூர்வமான வழிகளைத் தேடுவார்கள். விளைவு, விபரீதாகிவிடும்.

எளிதில் தீர்க்கப்பட வேண்டிய விஷயம், பெரிய சிக்கலாகிப் போய் விடும். போலீஸ், வம்பு, வழக்கு என்று வாழ்க்கையே திசைமாறிவிடும்.

ஒரு மணி நேரம் நடைப் பயிற்சியை மேற்கொண்டு, பிரச்னையைப் பூதாகரமாக மாற்றுவதைவிட, ஒரு அரை மணி நேரம், பேசாமல் போய் உட்கார்ந்து பாருங்கள். உங்களை வருத்திக்கொண்டிருக்கும் பிரச்னையை, பேசாமல் ஒரு சாட்சியாக இருந்து கவனியுங்கள்.

பிரச்னைக்கான தீர்வுகள், பாதகம் இல்லாமல் தென்படும். சூரியனைக் கண்ட பனிபோல், உங்கள் மனக் குறைகள் யாவும் தீரும்.

நடந்து திரிவதால், உங்கள் உடல், மனம் இரண்டும் சோர்வடையும். அதைவிட, ஒரு அரை மணி நேரம் தியானம் செய்து வாருங்கள். உடல், மன ஆரோக்கியம் கிடைப்பதோடு, மகிழ்ச்சியும் உண்டாகும்.

பிரச்னைகளும், தியானமும்

உலகப் பிரச்னைகளால் மனம் எப்போதும் சலித்துக்கொண்டே இருக்கக்கூடியது.

அலுவலகத்தில் எந்த நேரம், எப்படிப்பட்ட பிரச்னை ஏற்படும் என்று சொல்லமுடியாது. வேலையே செய்யமுடியாத சூழ்நிலை ஏற்படக் கூடும். மன அழுத்தத்தால் அமைதி இழக்கக்கூடும்.

அதுபோன்ற சந்தர்ப்பங்களில், தங்கள் அலுவலக இருப்பிடத்தில் இருந்தபடியே சிறிது நேரம் கண்களை மூடித் தியானம் செய்யுங்கள். எப்படிப்பட்ட மன அழுத்தமும் நீங்கி, மீண்டும் பணியை உற்சாகமாகத் தொடரமுடியும்.

வியாபாரத்தில் எதிர்பாராத சோதனைகள் ஏற்படக்கூடும். சரக்குகள் போக்குவரத்து, விலை மாற்றம் போன்ற திடீர் மாற்றங்கள், மனத்துக்கு அதிர்ச்சி அளிக்கக்கூடும்.

அப்படிப்பட்ட சூழ்நிலைகளில், தனியாகச் சென்று சற்று நேரம், அமைதியாகக் கண்களை மூடி அமர்ந்தால் போதும், மனம் லேசாகிப் புத்துணர்ச்சி ஏற்படும்.

மாவட்ட ஆட்சித் தலைவர்கள், காவல் அதிகாரிகள் போன்ற அரசு உயர் அதிகாரிகள், பகலில் அவ்வப்போது சில நிமிடங்கள், அலுவலகத் திலேயே தியானித்துவந்தால் போதும்.

மற்றபடி, திடீரென்று நம் காதுகளுக்கு அதிர்ச்சிகரமான செய்திகள் வரக்கூடும். வேண்டியவர்கள், உற்றார் உறவினர்கள் மரணச் செய்திகள், விபத்துச் செய்திகள், உடல் நலப் பாதிப்புகள் ஏற்பட்டிருக்கக்கூடும்.

அந்தச் செய்தி, உங்களைப் பெரிதும் பாதித்திருக்கக்கூடும். அதனால், தன்னிலை இழக்க நேரிடலாம். கை கால்களில் நடுக்கம் ஏற்படக்கூடும். அதுபோன்ற சந்தர்ப்பங்களில், உடனடியாகச் சுமார் பத்து நிமிடங்கள் தியானத்தில் அமர்ந்துவிட்டுக் கிளம்புங்கள். எதையும் தாங்கும் இதயத்தோடு சென்று வரலாம்.

மனத்தை வருத்தும் சூழல்களில் மட்டும் அல்ல. மனத்துக்கு மகிழ்ச்சி அளிக்கும் சந்தர்ப்பம் ஏற்படும்போதும், தியானம் கட்டாயம் தேவை.

பதவி உயர்வு, பாராட்டு, வெற்றி வாய்ப்பு, வியாபாரத்தில் திடீர் லாபம், உல்லாசமான அனுபவம் போன்ற சூழ்நிலைகளில், மனம் நிலை இல்லாமல் தவிக்கும்.

அப்போது, ஒரு இடத்தில் சென்று அமைதியாக தியானம் செய்துவிட்டு எழுந்துவந்தால், வரப்போகிற மகிழ்ச்சிகரமான சூழ்நிலையைப் பரிபூரணமாகப் பயன்படுத்திக்கொள்ளலாம்.

உலக வாழ்வில் இருக்கும்வரை, எந்தச் சமயமும் இன்ப துன்பச் சூழல்கள் நம்மைப் பாதித்தபடி இருக்கும். அதனால், அவ்வப்போது நாம் தியானம் பழகிவர வேண்டும்.

தியானம், எப்போதும் நமக்குக் கை கொடுக்கும் கலை. அது ஒரு வழித் துணை.

வெளியூர் பயணங்களில், புதிய சூழ்நிலைகள் மற்றும் புதிய மனிதர்களால் மனத்துக்கு ஒரு சஞ்சலம் ஏற்படலாம். அப்போதுகூடத் தியானம் புரிந்துவந்தால், மனத்தில் ஒரு பரவசம் ஏற்படும்.

மாணவர்களுக்கான தியானங்கள்

பள்ளி, கல்லூரிகளில் படிக்கும் மாணவ, மாணவியர்க்குத் தியானம் மிகப்பெரிய வரம். அவர்கள், கவனம் சிதறாமல் படிப்பதற்கும், சபலங்களுக்கு மனத்தைச் சிதறவிடாமல் இருப்பதற்கும் உரியது, தியானம்.

வகுப்பில் படிக்கும் சக மாணவன், மாணவியிடையே கருத்து வேறுபாடுகள் ஏற்பக்கூடும். தியானத்தில் இருப்போருக்கு, இதுபோன்ற பிரச்னைகள் இல்லை. நல்ல மதிப்பெண்கள் பெற்று, முன்னணி மாணாக்கர்களாக வெற்றிபெறுவது நிச்சயம்.

குடும்பத் தியானம்

கணவன், மனைவி இருவருக்கும் ஒற்றுமை இல்லாது போனால், குடும்பம் அமைதிகெட்டு அழிவுப் பாதையில் போய்விடும்.

இருவருக்குமிடையே, கருத்து வேறுபாடுகள் ஏற்படுவது இயல்பு. அது விஸ்வரூபம் எடுத்து, போட்டா போட்டி ஆகிவிடக் கூடாது. அது, பிள்ளைகளின் எதிர்காலத்தைப் பாதிக்கும்.

கணவனும், மனைவியும் தவறாது தினமும் தியானம் செய்துவந்தால், அவர்களுக்கிடையே நல்ல ஒற்றுமை நிலவி, அதனால், அக் குடும்பமே ஒரு பல்கலைக் கழகமாக மாறும்.

8
தூக்கமின்மையும், தியானமும்

தூக்கம்

நான் எனது கிராமத்தில் இருந்தபோது -

எனது நண்பர் சுந்தர், எப்போதும் எழுச்சியுடனே காணப்படுவார். அவர் என்னைச் சந்திக்கும்போதெல்லாம், வருங்காலத்தில் மிகப்பெரிய தொழிலதிபராக வர வேண்டும் என்று சொல்லிக்கொண்டே இருப்பார். நான் எதுவும் சொல்ல மாட்டேன். காரணம், எனக்கு அப்படி ஆகத் தெரியாது. ஆகவேண்டிய ஆசையும் கிடையாது.

அவர் எனது மௌனத்தைப் பார்த்துவிட்டு, 'ஏன் எதுவும் சொல்ல மாட்டேன் என்கிறீர்கள்?' என்பார்.

'எனக்கு இருப்பது போதும் என்று தெரிகிறது. நீங்கள், தொழிலதிபர் ஆவதைப் பற்றி எனக்கு ஆட்சேபணை இல்லை' என்பேன். ஏழையாக இருப்பதிலும் ஒரு சுகம் இருக்கிறது. சில விஷயங்களின் அருமை, இருக்கும்வரை தெரிவதில்லை' என்றேன்.

அவர் என்னை அலட்சியமாகப் பார்த்துவிட்டு, 'உம்மோடு இருந்தால், நானும் ஏழையானாலும் ஆவேன்' என்று சொல்லிவிட்டுப் போய் விட்டார்.

பிறகு, நான் சென்னைக்குக் குடிபெயர்ந்துவிட்டேன்.

காலம் உருண்டது. பத்து ஆண்டுகள் ஆகியிருக்கும். அண்ணா சாலை யில் உள்ள ஒரு வாரப் பத்திரிகை அலுவலகத்துக்குப் போய்விட்டு, சாலை ஓரமாக நடந்து வந்துகொண்டிருந்தேன்.

அப்போது, என் பெயரைச் சொல்லி, சத்தம் போட்டு யாரோ அழைத் தார்கள். சுற்றுமுற்றும் திரும்பிப் பார்த்தேன்.

சிக்னலில் நின்றுகொண்டிருந்த ஒரு காரிலிருந்து, ஒருவர் யோசிக்காமல் இறங்கி என்னை நோக்கி ஓடிவந்தார். எனக்கு சரியாகத் தெரிய வில்லை.

கனத்த மேனியோடு, அவர் மூச்சு வாங்கியபடி வந்து 'என்ன, என்னை மறந்துட்டீங்களா?' என்று கேட்டபோதுதான் புரிந்தது. அவர் வேறு யாரும் அல்ல. பல ஆண்டுகளுக்கு முன், எங்கள் ஊரில் என்னோடு வாதிட்ட அதே நண்பர்தான். ஆள் வசதியாகிவிட்டார்.

அண்ணா சாலை என்றும்கூடப் பாராமல், என்னைக் கட்டித் தழுவிக்கொண்டு, கண்ணீர் ததும்பக் கூறிய வார்த்தைகளைக் கேட்டபோது, நானே கண் கலங்கிப் போய்விட்டேன்.

'எதிர்காலத்தில் பெரிய தொழிலதிபர் ஆக வேண்டும் என்று அடிக்கடி சொல்வேனே. சொன்னதுபோலவே, பெரிய தொழிலதிபரும் ஆகி விட்டேன். ஏகப்பட்ட சொத்து பத்துகளைச் சேர்த்துவிட்டேன். ஆனால், ஆனால்...'

'என்ன ஆனால்...?'

'அப்போது, நீங்கள் என்னிடம் அடிக்கடி சொல்வீர்களே, நினைவிருக் கிறதா? சில விஷயங்கள், இருக்கும் வரை அவற்றின் அருமை தெரிவ தில்லை என்று. அப்படித்தான் ஆகிவிட்டது எனக்கும். அப்போ தெல்லாம், நான் படுத்தால் அப்படியே கண் அசந்து தூங்கிவிடுவேன். ஆனால், வசதிகள் வந்த பிறகு, தூக்கம் எல்லாம் போய்விட்டது. புரண்டு புரண்டு படுத்துக்கொண்டிருக்கிறேன். கவலைகள், ஒண்ணா ரெண்டா. ஐயோ, ஐயோ, இப்பத்தான் அந்தத் தூக்கத்தோட அருமை எல்லாம் தெரியுது. இப்படின்னு தெரிஞ்சிருந்தா அப்போதே உங்களை மாதிரி நிம்மதியா இருந்திருப்பேன். இப்போ நான் படற பாடு கொஞ்சமா நஞ்சமா. அப்போ நான் தப்பா பேசினதுக்கு என்னை மன்னிச்சுடுங்களேன்.'

நான் வருத்தத்துடன், 'இப்போ என்ன வேலையா சென்னை வந்தீங்க?' என்று கேட்டேன்.

'தூக்கம் கெட்டதால், உடல் நலமும் கெட்டுப்போச்சு. ஹார்ட்டுல வேற ப்ராப்ளம் வந்திடுச்சு. டாக்டர்கள், நல்லா தூங்கினா போதும்னு சொல்றாங்க. தூக்க மாத்திரையா சாப்பிட்டு சாப்பிட்டு, நரம்பெல்லாம் பலஹீனமாகிப் போச்சு. அதனால, வேண்டாத எண்ணம் எல்லாம் வந்து ஆட்டிப் படைக்குது. எல்லாமே பயங்கரமா தெரியுது. நம்ம ஊரு டாக்டர், சென்னைல இருக்கற மனநல மருத்துவருக்கு லெட்டர் கொடுத்திருக்காரு. அட்ரஸ் தேடிப் போயிட்டிருக்கேன்.'

எனக்கு மிகவும் பரிதாபமாகிப் போய்விட்டது. அவர், சிறிது நேரம் பேசிவிட்டுச் சென்றுவிட்டார். அதன் பிறகு, நானே ஒருமுறை ஊருக்குச் சென்று அவரைப் பார்த்து நலம் விசாரித்தேன். டாக்டர்கள் தரும் மருந்தை விடாது சாப்பிட்டுக்கொண்டிருப்பதாகச் சொன்னார்.

அவரிடம், தியானம் பழகுமாறு கூறி, அங்கேயே அப்போதே அதை நடைமுறைப்படுத்தினேன். அதற்கு முன், அவரது எண்ணங்களைப் பேசிப் பேசி சீராக்கினேன். இன்றைக்கு அவர் பரம சுகத்தோடு இருப்பதாகச் சொல்கிறார்.

நண்பர்களே, பணம் இருந்தால் போதும் என்று நினைக்காதீர்கள். பணம் வந்துவிடும். ஆனால், அதை முன்னிட்டு, நிம்மதி எல்லாம் போய்விடும்.

நன்றாகத் தூங்கினாலே, நாம் நல்ல ஆரோக்கியத்துடன் இருக்கிறோம் என்று பொருள். ஏனென்றால், தூக்கம் அவ்வளவு எளிதல்ல. அது ஒரு வரம்.

தூக்கத்துக்கும் மனத்துக்கும் நெருங்கிய தொடர்பு இருக்கிறது. நன்றாகத் தூங்க வேண்டும் என்று நினைத்துவிட்டால் போச்சு, தூக்கம் அப்போதே விடைபெற்றுக்கொண்டு போய்விடும்.

தூக்கம் வராதபோது, படுக்கையில் புரண்டு புரண்டு படுத்துக் கொண்டிருப்பார்கள். எப்படியாவது தூங்கிவிட வேண்டும் என்று படுக்கையில் இருந்துகொண்டே போராடுவார்கள். போராடப் போராட, தூக்கம் ஓடோடிப் போய்க்கொண்டே இருக்கும்.

எதை நினைக்கக் கூடாது என்று நினைக்கிறோமோ, அதுதான் நினைவுக்கு வரும்.

நினைக்கத் தெரிந்த மனமே உனக்கு மறக்கத் தெரியாதா? மறக்கத் தெரிந்த உயிரே உனக்கு நினைக்கத் தெரியாதா? என்ற கவியரசு கண்ணதாசனின் வரிகளை எண்ணிப் பார்த்தீர்களா?

நன்றாகத் தூங்குவதற்குக் கொடுப்பினை வேண்டும். ஏனென்றால், வாழ்க்கையின் கசப்புகளை மறப்பதற்கு, உற்ற ஒரே உபாயம், தூக்கம் மட்டும்தான். அதுவும் போய்விட்டால், பிறகு நரகம்தான்.

தியானம் செய்தால் நன்றாகத் தூக்கம் வரும். அதற்காக, எல்லாத் தப்புகளையும் செய்துவிட்டு, தியானத்தில் உட்கார்ந்தால் தூக்கம் வருமா என்று கேட்க முடியாது. அப்படி எல்லாம் தியானத்தில் உட்காரவே முடியாது.

ஏனென்றால், தூக்கம் நமக்கு இறைவனால் வழங்கப்பட்ட வரம்.

ஒரு சாதாரணமான வீட்டு உபயோகப் பொருளைக் கடனாக வாங்கு தற்குப் பக்கம் பக்கமாக 'ரூல்ஸ் அண்டு ரெகுலேசன்ஸ்' சட்டங்களைக் காட்டுகிறார்கள். நமக்குப் பணம் கடனாகக் கொடுக்கும்போது, ஏகப்பட்ட சட்ட திட்டங்கள் வைத்திருக்கிறார்களே, விலைமதிப்பற்ற தூக்கத்தைத் தர வேண்டும் என்றால், கடவுள் எத்தனை எத்தனை நிபந்தனைகளை வைத்திருப்பார்?

ஏழைகள், படுத்த உடனேயே தூங்கிவிடுகிறார்கள் என்றால் என்ன அர்த்தம்? அவர்கள் யாரிடமும் கடன் வாங்கவில்லை எந்த 'அக்ரிமெண்ட்டிலும்' கையெழுத்தும் போடவில்லை என்று அர்த்தம். கவலை அற்ற நிம்மதியான தூக்கம் வேண்டும் என்றால், நாம் இறைவனுக்கு உண்மை உள்ளவர்களாக இருக்க வேண்டும். அதுமுக்கியம்.

பணம் தேவைதான். புகழ் தேவைதான். பெண் சுகமும் தேவைதான். ஆனால், இவை அனைத்தையும் அடைந்து அனுபவிப்பதற்கு, ஒரு தகுதி, யோக்யதை இருக்க வேண்டும். அதாவது, அவற்றை நியாயமான முறையில் அடைந்து அனுபவிக்க வேண்டும்.

பிறரை அபகரித்துப் பெறும் எந்த ஒரு பொருளும், நம் நிம்மதி, நம் ஆரோக்கியம், நம் தூக்கம், மூன்றையும் ஒரு சேரத் தள்ளிக்கொண்டு போய்விடும். ஜாக்கிரதை.

பொதுவாக, எல்லோருமே கோயிலுக்குச் சென்று, 'தான் பெரிய பணக்காரன்/பணக்காரி ஆக வேண்டும்' என்றுதான் வேண்டுகிறார்கள்.

கடவுள் உண்டு. அவர் நமது கோரிக்கைகளை நிறைவேற்றிக் கொடுப்பதும் உண்டு. கடவுளிடம், நமக்கான ஒரு கூடை இருக்கிறது. அது எப்போதும் வெறுமையாக இருக்காது. அதில் ஏதாவது ஒன்று நிரப்பப்பட்டிருக்கும். அது நமக்குத் தெரியாது. ஆனால், அது எதுவானாலும் நமது வினைகளைப் பொறுத்ததாகவே இருக்கும்.

ஒன்றை இழந்தால்தான் ஒன்றைப் பெறமுடியும் என்பது தத்துவம். அந்தக் காலத்தில், 'பண்டமாற்று முறை' வழக்கு இருந்தது. ஒருபொருளைக் கொடுத்துத்தான், இன்னொரு பொருளை வாங்க வேண்டும்.

விவசாயிகளுக்குக் கூலியாக, விளை பொருள்கள்தான் வழங்கப் படும். கூலியாக நெல்லைப் பெற்றுக்கொண்டு செல்லும் விவசாயிக்கு, எண்ணெய் தேவைப்பட்டால், நெல்லை அளந்து சென்று எண்ணெய்க் கடைக்காரரிடம் கொடுத்துவிட்டு, பதிலுக்கு எண்ணெய் வாங்கி வர வேண்டும். இப்போது, பணம் கொடுத்து பொருளைப் பெறுகிறோம். ஆக, கொடுக்காமல் எதையுமே பெற முடியாது.

எந்தப் பொருளுக்கும், அதுதான் நியதி. எந்த எண்ணத்துக்கும் அதுதான் நியதி. கெட்டப் பழக்கத்தை விட்டு ஒழிக்க வேண்டும் என்றால், ஒரு நல்லப் பழக்கத்துக்குத் தாவியாக வேண்டும்.

நல்ல எண்ணத்தால் என்னத்தைக் கண்டோம் என்று புலம்பினால், கெட்ட எண்ணத்தை அனுமதிக்கலாம். வாழ்க்கை, பலவித அனுபவங் களில் தித்திக்கும். ஆனால், கேடு, கேடுதான். அதைத் தடுக்க முடியாது.

'கிவ் ரெஸ்பெக்ட் அண்டு டேக்/கெட் ரெஸ்பெக்ட்' என்பார்கள். மரியாதையைக்கூட, மரியாதை கொடுத்துத்தான் பெற முடியும். அன்பைக்கூட, அன்பைக் கொடுத்துத்தான் பெற முடியும்.

'பெரிய வீட்டுக்குள் சின்ன வீட்டை'யும், 'சின்ன வீட்டுக்குள் பெரிய வீட்டை'யும், ஒருக்காலும் புகுத்தவே முடியாது. அப்படிப் புகுத்தப்போனால் இரண்டுமே இடிபடும். வீட்டு உரிமையாளனும் இடிந்துபோவான்.

நாம் பணக்காரன் ஆகியே தீர வேண்டும் என்று கடவுளிடம் மன்றாடலாம். அவரும் உடனே மனம் இரங்கிவிடுவார்.

கடவுளிடம் உள்ள நம் கூடையில், பணத்தை அள்ளிப் போட்டுக் கொண்டு நம்மிடம் நேராக வருவார். நம் தலை மீது அப்படியே கொட்டிவிடுவார். எடைக்கு எடை, நம்மிடம் இருந்த நிம்மதி, தூக்கம் எல்லாவற்றையும், அள்ளிப் போட்டுக்கொண்டு மறைந்துவிடுவார்.

அது, கடவுளின் குற்றம் அல்ல. நாம் கேட்பதைக் கொடுக்க வேண்டியது அவரது கடமை. ஆனால், பதிலுக்கு நம்மிடம் உள்ள ஒன்றை நாம் கொடுத்தாக வேண்டும். கேட்டால் கொடுப்போமா? மாட்டோம். ஒருக்காலும் தர மாட்டோம்.

எடுத்துக்கொண்டு போகிறேன் என்று வந்தால், கடவுளைக்கூட வீட்டுக்குள் அனுமதிக்கமாட்டார்கள். உள்ளே வந்துவிட்டால், கட்டிப் போடவும் தயங்கமாட்டார்கள்.

எனக்கு அதுவும் வேண்டும், இதுவும் வேண்டும் என்று ஆசைப்படுவது மனித இழி குணம். நான் எத்தனையோ செல்வந்தர்களைப் பார்த்திருக்கிறேன். தங்கள் குழந்தைகளுக்காகப் புதுப்புது சைக்கிள்களை வாங்கித் தருவார்கள், தங்கள் வீட்டைக் காவல் காத்துக்கொண் டிருக்கும் ஏழைக் காவலாளியின் மகனுக்கு, தூர எறிந்த பழைய சைக்கிளைக்கூட மனம் இரங்கித் தரமாட்டார்கள்.

ஏழையின் பிள்ளை, பார்த்துப் பார்த்து ஏங்கிக்கொண்டிருக்கும். கொல்லைப்புறத்தில், மழை வெய்யில் மக்கி மண்ணாகிக் கொண்டிருக்கும். ஆனால், ஏழைகளைத் தொட்டுக்கூடப் பார்க்க விடமாட்டார்கள். இப்படிப்பட்டவர்கள் வீட்டுக்குப் பொற்காசு களுடன் வரும் கடவுள், எப்படித் திரும்புவார் என்று புரிகிறதா?

தூக்கம், நிம்மதி மட்டுமல்ல, இருக்கும் ஆரோக்கியத்தையும், ஆயுளையும் சேர்த்து வழித்துப் போட்டுக்கொண்டு போவார்.

அதனால்தான், செல்வந்தர்கள் கார்கள் எல்லாமே, மருத்துவ மனைகளில் நிற்பதற்குக்கூட இடம் இல்லாமல், ஒன்றை ஒன்று முட்டி மோதிக்கொண்டிருக்கின்றன.

பணம் இருக்கட்டும், பயன்படுத்திக்கொள்ளுங்கள். தாமரை இலைத் தண்ணீர்போல். தாமரை இலையில் தண்ணீர் ஒட்டாதவரை, உங்களிடம் தூக்கமும் ஒட்டிக்கொண்டிருக்கும்.

எது தேவை, எது தேவை இல்லை என்ற குழப்பம் வேண்டாம். எல்லாவற்றையும் கடவுளிடம் முறையிட்டுவிடுங்கள். நமக்கு எது தேவை என்பதைக் கடவுள் அறிவார்.

தூக்கம் இன்மை என்பது ஒருவகை மன நோய். இரவில் வெகுநேரம் தூக்கம் வராமல், படுக்கையில் அவதிப்பட்டுக்கொண்டிருப்பார்கள். அதிகாலை நேரத்தில் கண் விழித்துவிடுவார்கள். அதன்பிறகு, தூங்கமுடியாமல் அவதிப்படுவார்கள்.

அதுபோன்ற வேளைகளில், கண்கண்ட மருந்துபோல உதவுவது தியானம் ஆகும். தூக்கம் போய்விட்டது என்ற கவலையே, ஒரு மன நோயாகி நம்மைப் படாத பாடு படுத்தும்.

தூக்கம் வருவதற்காக, என்னென்னவோ முயற்சிகளில் இறங்குவோர் உண்டு. புத்தகம் படிப்பார்கள். எவ்வளவு படித்தாலும் தூக்க வராது. காரணம், படிப்பது மனத்தில் பதியாது. மனத்தில் பதிந்தால்தான், மனம் நிறைவுற்று, அதனால் மனச்சோர்வும் ஏற்படும். மனத்தில் ஒட்டாமல், பெயருக்குப் படிப்பது மனத்தில் ஒட்டாது. தூக்கத்தை வரவழைப்பதற்காகப் படிப்பது, தூக்கத்தை விரட்டிக்கொண்டே இருக்கும்.

உணவு சாப்பிட்டால் நல்ல தூக்கம் வரும் என்று நள்ளிரவில்கூட சாப்பிடுவோர் உண்டு. அப்படி நேரம் தவறிய நேரங்களில் உணவு எடுத்துக்கொள்வதும் உடல் நலத்தையே பாதிக்கும்.

தனிப்பட்ட முறையில், தொலைதூர வெளியூர் பயணங்கள் செல்ல நேரிட்டால், துணை அற்ற நிலையில், மனம் தனிமையில் வாடும். பொதுவாகவே, வெளியூர்களில் தங்க நேரிட்டால், இட மாற்றத்தால் தூக்கம் வராது. அதுபோன்ற தருணங்களில், தியானம் செய்துவிட்டுப் படுத்தால், நிம்மதியான தூக்கம் வரும்.

தியானத்தை விடுத்து, வேறு எந்த முயற்சிகளில் இறங்கினாலும், நேரம்தான் வீணாகும். தூக்கம் வராது. மன உளைச்சலும் ஏற்படும்.

எனவே, எல்லா முயற்சிகளையும் விலக்கிவிட்டு, கண்களை மூடிக் கொண்டு அமர்ந்துவிட வேண்டியதுதான். அப்படியே, சுவாசத்தின் போக்குவரத்தைக் கவனித்துக்கொண்டே இருக்கவும். நம்மை அறியாமலேயே, நாம் தூங்கிப்போவது நிச்சயம்.

9
மரணமும், தியானமும்

இன்றைக்கு, திருவண்ணாமலை கிரிவலப் பாதையில் இருக்கும் ஸ்ரீரமணாச்சரமத்தில் உறைந்திருக்கும் பகவான் ரமணரை, உலகம் முழுவதும் இருந்து பக்தர்கள் வந்து தரிசித்துச் செல்கிறார்கள்.

ரமணர், தியானத்துக்கு ஒரு சிறந்த வழிகாட்டி. இவர் மதுரையில் இருந்தபோது, இளம் வயதிலேயே ஞான சிந்தனை வரப் பெற்றிருந்தார்.

இவரது தகப்பனார் ஒருநாள் இறந்துபோனார். எல்லோரும் கூடி அழுத காட்சி இவரை உறுத்தியது. தந்தையாரின் மரணத்தில் ஏதோ ஒரு தகவலைத் தேடியவாறு, அங்கே நடப்பதைப் பார்த்துக்கொண்டே இருந்தார்.

நாமும்தான் இறந்தோர் வீடுகளுக்குச் செல்கிறோம். முகத்தைச் சுளித்துக்கொண்டே, உள்ளே சென்று மரியாதை செய்துவிட்டுத் திரும்பிப் பார்க்காமல் வந்துவிடுகிறோம்.

இறந்துபோனவர்களிடம் துக்கம் விசாரித்துவிட்டு, 'எப்போ எடுப்பீங்க?' என்று, காலில் சக்கரத்தைக் கட்டிக்கொண்டு கேட்டு நிற்போம்.

இறுதி ஊர்வலம் துவங்கிய உடன், விட்டால் போதும் என்று வீட்டுக்கு வந்து குளியல் போடுவோம்.

நம் வீட்டிலேயே ஒருவர் இறந்துபோனால், அடுத்து அவரது இடத்தை எப்படி ஈடுசெய்வது என்பது பற்றித்தான் யோசித்துக்கொண்டிருப் போம்.

ஆனால், மரணம் அடைந்தவரைப் பற்றி, அவருக்கு ஏற்பட்ட நிலை பற்றி, அவரது அனுபவத்தைப் பற்றி எண்ணிப் பார்த்துக்கொண்டிருக்க மாட்டோம்.

அதை ஒவ்வொருவரும் எண்ணிப் பார்க்க வேண்டும். எண்ணிப் பார்த்தால், அதற்கு நம் மூளையே விடை அளிக்கும். அப்படித்தான்,

ரமணருக்கும் அவரது மூளை விடை அளித்தது.

இயேசு கிறிஸ்து சொன்னார்...

'கேளுங்கள், தரப்படும்...' என்று.

நாம் நம்மையே பார்த்து, எதை வேண்டுமானாலும் கேட்கலாம். நம் அந்தரங்கத்தை நோக்கி, எப்படிப்பட்ட கேள்விகளையும் எழுப்பலாம். எல்லாவற்றுக்கும், இயற்கை - பரம்பொருள் பதில் சொல்லக் காத்திருக்கிறது.

ரமணர், தனக்குள்ளாக அந்தக் கேள்விகளைக் கேட்டுக்கொண்டார்.

மரணம் என்பது என்ன? இது ஏன் நிகழ்கிறது. மரணத்துக்குப் பிறகு என்ன நிகழ்கிறது. அதற்கு, அவரது இல்லத்தில் ஏற்பட்ட ஒரு உயிரிழப்பே காரணமாக இருந்தது.

ஆம். அவரது தகப்பனார் சுந்தரம் அய்யர், 1892-ம் ஆண்டு இயற்கை எய்தினார். அப்போது, வெங்கட்ராமன் என்ற பெயரில் இருந்த ரமணருக்கு, வயது 12.

தனது தகப்பனாரின் சடலத்தின் மீது விழுந்து அழும் தாயாரின் செய்கை அவரைச் சிந்திக்கவைத்தது. தனது தகப்பனாரின் உடல்தான் நிலை இல்லாமல் போய்விட்டது. ஆனால், அவருடைய உடலுக்குள் அதுவரை இருந்த உயிர்ச் சக்தி அழியவில்லை. அது அழியாது. அதை அறியாத அன்னைதான், இப்படி அறியாமையில் அலறுகிறாள் என்று உணர்ந்தார்.

அந்த உண்மையை, முழுமையாகப் புரிந்துகொள்ள வேண்டும் என்று காத்திருந்தார். அது ஒரு ஆத்ம தாகம். அதுவும் ஒருநாள் நிறைவேறியது.

1896-ம் ஆண்டு.

ரமணர் அந்தப் பலப்பரீட்சையில் இறங்கினார். மரணத்தைப் பற்றித் தெரிந்துகொள்ளும் பொருட்டு, ஒருநாள் அவர் தனது உடலைப் பிணம்போல் கிடத்தி, உணர்வற்ற நிலையில் கிடந்தார்.

தூங்குவதுபோன்ற விழிப்பு நிலையில் இருந்தார். ஆழ்ந்த தேடுதலைத் தொடுத்தார், துணிச்சலுடன். அந்த நிலையில், ரமணரது நண்பர்கள் வந்தார்கள். அவரை அடித்து எழுப்பினார்கள்.

அவர் உண்மையில் தூங்கிக்கொண்டிருந்தார் என்றால், அப்போதே எழுந்திருத்திருப்பார். ஆனால், அவர் இருந்ததோ வேறு நிலை.

அவர்கள், தன்னை எழச்சொல்லி என்னென்னவோ பாடுபடுத்து கிறார்கள். எல்லாம் நன்றாகத் தெரிகிறது. ஆனால், தன்னால் எழத்தான்

முடியவில்லை. சுற்றி நிற்போர், தன் பெயரைச் சொல்லிக் கத்துவ தெல்லாம் கேட்கிறது. ஆனால், அசையவே முடியவில்லை. மரணத்துக்கு அப்பால், தனது உடலை ஆன்மா பிரிந்து இருக்கும் நிலையைத்தானே தன்னையே சாட்சியாகக் கொண்டு அறிந்தார்.

பிறகுதான், இறையருளால் அவர் மீண்டும் உணர்வு நிலைக்குத் திரும்பினார். தான் இருந்த சமாதி நிலை, தனக்கே வியப்பை அளித்தது. பிறகு தான், தான்பெற்ற அனுபவத்தை உலகுக்குச் சொல்ல ஆரம்பித்தார்.

'இறப்பது எது? இறப்பது என்றால் என்ன?

இந்தப் பிண உடலே இறக்கிறது.

இச்சடலத்துடன் நான் இறக்கிறேனா?

'நான் என்பது, இந்த உடலா?' - அல்ல.

'நான் என்பது, இந்த மூச்சா?'- அல்ல.

'நான் என்பது, நினைவா?' - அதுவும் அல்ல.

இவற்றை எல்லாம் தாண்டி, 'நான்... நான்...' என்று, தானே தானாகப் பேசி ஒளிரும் தனிப்பொருள் ஒன்று என்னுள்ளே உள்ளதே.

அது, இந்த உடலைச் சார்ந்து பிழைக்கவில்லை.

அதுவன்றோ ஆன்மா. அது உள்ளே இருக்கும் அணையா விளக்கு.

இந்த உடல் இருந்தாலும், இறந்தாலும், போக்குவரவு அற்று, உள்ளது உள்ள இடத்திலேயே ஒளி வளர்ந்து விளங்குகிறதே.

அதுவன்றோ யான்.

எனது இருப்பும், அதுவன்றோ.

அதைத் தவிர்த்த, இந்த பஞ்சகோசச் சட்டைகளும், நான் அற்றது அன்றோ.

நான் என்பது, உடலைக் கடந்த ஆன்மா அன்றோ.

அது, இதயக் குகை அன்றோ.

அதுவே, சக்திக் கனலாக எரிகின்றது.

சாந்தச் சுடராக நிலவுகிறதே அது.

சுத்தச் சின்மயமாக, பூர்ண சிற்சுக வாரியாக நிறைந்து, தானே தானாக விளங்குகிறது.

அந்தப் பூர்ண வஸ்துவன்றோ நான்.

அதைச் சாவு அணுகுமோ. அதை மீறியப் பொருள் இல்லையே.

அஃதின்றி எதுவும் இல்லையே.

நான் யார்?

நான், அது... அது... அது... ஆன்மா.

நான், சாவற்றவன்.

நான், பூர்ண சிற்சுக நித்திய சத்தியன்.

நான், பிரஹ்மம்

இதுவே, அந்த மரண அனுபவத்துக்குத் தன்னை உட்படுத்திக்கொண்டு எழுந்து வந்த பிறகு, ரமணர் சொன்ன முதல் நற்செய்தி.

'தான் தான்' என்று நம்முள்ளே தாண்டவமாடி எழுந்த தத்துவம் அது.

முழுமை பெற்ற ஞானியே, நோவு, இடர், பயம், கட்டு, முட்டு, தட்டு, மட்டு, சாவு எல்லாவற்றையும் ஒழித்து, சுத்த முக்த சத்திய சமத்தானந்த மாகி, என்றும் இளமையுடன் வாழ்கிறான்.

பிரம்மத்தை அறிந்தவன் பிரம்மமே ஆகிறான். அவனே பாவம், துயரம் அனைத்தையும் தாண்டுகிறான். மனக் கட்டற்ற முக்தனாகி, அமர நிலை பெறுகிறான்.

அதிலிருந்து, ரமணர் எங்கும் எப்போதும் எதிலும் எவரிடமும் எதுவும் பேசுவதில்லை. 'ஸோஹம்' என்ற அனுபவத்திலேயே மவுனமாக இருந்தார். அதாவது, 'நான் அது', 'நானன்றி யாதுண்டு' என்ற அனுபவத்திலேயே நிலைத்துவிட்டார்.

இதுவே, அவரது முதல் தியான நிலையாக இருந்தது எனலாம்.

அதன் பிறகுதான், அவர் திருவண்ணாமலையைப் பற்றி கேள்விப்பட்டு அந்த ஊருக்குப் புறப்படுகிறார்.

1896-ம் ஆண்டு, செப்டம்பர் முதல் தேதி, செவ்வாய்க் கிழமை. திருவண்ணாமலைக்கு வந்து இறங்கிய பிறகு, அவருக்கு ஏற்பட்ட அனுபவம் அலாதியானது.

இது, இறைவன் அவருக்குச் சொன்னது. நமக்கும் சொன்னதாகவே படிப்போம்.

உபதேசம், ஜெபம், ஓமம், பூஜை, சரியை, கிரியை, தல யாத்திரை எதுவும் வேண்டாம்.

என்னைப் பார். உனது உள்ள மலரைப் பற்றிய பற்றை அகற்றி என்

அடியில் வை. என்னை அறிவதே உத்தம சித்தி.

நானே சங்கரன். அருணகிரி யோகி. என்னோடு ஏகமாயிரு. நானே, நீ எனப் பார்.

'சிவோஹம்... சுத்தோஹம்' என்று தியானி.

ஞானக் கண்ணால் பார். உன்னை, நான் எனக் காண்பாய்.

அனைத்தையும், எனது தன் மயத்தின் சின்மயமாகவே காண்பாய்.

மனத்தை, மத்தைப்போல் சலிக்க விடாதே.

அதைத் தன்னிலையில் வைத்து நிச்சலமாயிரு.

உலகின் சுக துக்க நாடகங்ளுக்கு, கேவலம் சாட்சியாயிரு.

நிஷ் பிரபஞ்சத்தை நினை.

சித்தம் நிலை நிற்பதே முக்தி.

அச்சம்... இச்சை... இரண்டையும் விலக்கு.

ஞானத்தில் ஊக்கம் கொள்.

இங்கே வா.

சாந்தி, உன் சொரூபமே.

நேராக, அருணாச்சல ஈஸ்வரர் திருக்கோயிலுக்குச் சென்று திரும்பினார். கொட்டும் மழையில் நனைந்தபடி, ஆயிரங்கால் மண்டபத்துக்குள் சென்று அடைக்கலம் புகுந்தார்.

அதையே, தனது இருப்பிடமாகக் கொண்டு அமர்ந்தார், ரமணர்.

அப்படித்தான், அவரது தியானமும் துவங்கியது. தியானத்தில் அமரும் முன்னரே, தியானத்தின் அனுபவங்களைச் சொல்லியிருக்கிறார், பகவான் ரமண மகிரிஷி.

அதன் பிறகு, பாதாள லிங்கத்தில் சென்று சமாதியில் அமர்ந்தார். அப்படியே, அவரது நெடுந்தியானம் தொடர்ந்தது.

அகில உலகத்தவரும், தான் யார் என்று கண்டறியும் தியான மார்க்கத்தை இன்றும் தந்து நிற்கிறார் இரமணர்.

தியானத்துக்கு ரமணர் என்ன செய்தார்? சும்மா இருந்தார், அவ்வளவே. அதில்தான் சூட்சுமமே இருக்கிறது.

> 'சும்மா இருப்பதுவே சுட்டு அற்ற பூரணம் என்று
> எம்மால் அறிதற்கு எளிதோ பராபரமே'

என்றார் தாயுமானவர்.

அவரே,

'சித்த மவுனி வடபால் மவுனிநம் தீப குண்ட
சத்த மவுன முதல் மூன்று மௌனமுந்தான் படைத்தேன்
நித்த மவுனமல்லால் அறியேன் மற்றை
நிஷ்டைகளே'

என்றும்,

'சும்மா இருக்கச் சுகம் சுகம் என்று
சுருதியெல்லாம்
அம்மா நிரந்தரம் சொல்லவும் கேட்டும்
அறிவின்றியே
பெம்மான் மௌனி மொழியையுந் தப்பி என்
பேதமையால்
வெம்மாயக் காட்டில் அலைந்தேன் அந்தோ என்
விதி வசமே'

என்றும் பாடுகிறார்.

அருணகிரிநாதரும்கூட,

'பெம்மான் முருகன் பிறவான் இறவான்
சும்மா இரு சொல்லற என்றலுமே
அம்மா பொருள் ஒன்றும் அறிந்திலனே'

என்றும்,

'நேசா முருகா தினதன்பு அருளால்
ஆசாநிகளம் துகளாயினபின்
பேசா அநுபூதி பிறந்ததுவே'

என்றும்,

'தன்னந்தனி நின்றது தான் அறிய
இன்னம் ஒருவர்க்கு இசைவிப்பதுவோ'

என்றும், சும்மா இருப்பதன் சுகத்தைப் பற்றிப் பாடுகிறார்.

நாமும் நம்மை சும்மா இருந்து, அறியும் சுகத்தைக் காண்போம்.

10
சும்மா இரு...

தாயுமான சுவாமிகள் பற்றி அறிந்திருப்பீர்கள். வேதாரண்யத்தில் பிறந்த இவர், திருச்சியை ஆண்ட விஜய ரகுநாத சொக்கலிங்க நாயக்கர் என்ற மன்னனிடம் அரசுக் கணக்காளராகப் பணிபுரிந்த ஒரு அறிஞர். இறை பக்தியுள்ளவராக இருந்தும், தியானத்தை அறியாதவராக இருந்தார். இவருக்கு, தியானத்தை முறைப்படி கற்றுக்கொள்ள வேண்டும் என்ற விருப்பம் இருந்தது.

அப்போது, திருச்சி மலைக்கோட்டையில் உள்ள தாயுமான சுவாமி திருக்கோயிலில், தினமும் வந்து செல்லும் மவுன குரு சுவாமிகளை சென்று சந்தித்து, தனக்கு தியானம் சொல்லித் தருமாறு வேண்டினார்.

அவர், கோயிலுக்குள் ஒரு இடத்தைக் காட்டி, 'நான் திரும்பி வரும் வரை அங்கே போய் பேசாமல் உட்காரும்' என்று சொல்லிவிட்டுப் போய்விட்டார். பல மணி நேரம் காத்திருந்துவிட்டு, ஏமாற்றத்துடன் வீடு திரும்பினார், தாயுமானவர்.

அடுத்த நாள், அதே மவுன குரு சுவாமிகளை, அதே திருக்கோயிலில் சென்று சந்தித்தார், தாயுமானவர். அன்றும், அதே பதிலைக் கூறி, அதே இடத்தில் போய் உட்காருமாறு பணித்தார், மவுன குருசுவாமிகள். அன்றும் அவர் திரும்பி வராததால் ஏமாற்றம் அடைந்த தாயுமானவர், மிகுந்த மன பாரத்துடன் வீடு திரும்பினார்.

மறுநாள், சற்று ஆத்திரத்துடன் அதே கோயிலுக்குச் சென்றார். மவுன குரு சுவாமிகளும் அங்கு வந்தார்.

'எனக்கு தியானம் சொல்லித் தருவதாகச் சொன்னீர்கள். இதுவரை சொல்லித் தரவில்லை. எப்போதுதான் சொல்லிக் கொடுப்பீர்கள்?' என்று கேட்டார்.

'உனக்கு முதல் நாளே தியானம் சொல்லிக் கொடுத்துவிட்டேனே' என்றார், மவுன குரு சுவாமிகள்.

தாயுமானவருக்கு ஒன்றும் புரியவில்லை. 'என்னை அந்த மூலையில் போய் பேசாமல் உட்காரச் சொன்னீர்கள். நானும் இரண்டு நாள்களாக சும்மாவே உட்கார்ந்து, பொறுமை இழந்துவிட்டேன்' என்றார்.

'அதுதான் தியானம். இன்றும் போய் அதே இடத்தில் அப்படியே சும்மா உட்காரும். வேறு எதுவும் செய்ய வேண்டாம். தினமும் இப்படி ஏதேனும் ஒரு இடத்தில் போய் உட்கார்ந்து பழகு. அதுவே தியானம் ஆகி, போகப்போக உனக்குப் பலன்களைக் காட்டும்' என்று சொல்லிவிட்டு நடந்து மறைந்தார்.

அதைக் கேட்டுக்கொண்டு திரும்பியவர்தான் தாயுமானவர். பின்னாளில், அவ்வண்ணமே தியானத்தில் அமர்ந்து மிகப்பெரிய தியான சித்தியைப் பெற்றார்.

மவுன குரு சுவாமிகள், திருமூலரை குருவாகக் கொண்டு, அவரது மரபில் வந்த மாபெரும் சித்தர் என்பது குறிப்பிடத்தக்கது.

தியானம், சுதந்தரமானது

தியானத்தைக் குறித்து பலப்பல வழிமுறைகள் இருக்கின்றன என்று குழப்புகிறார்கள். அப்படி ஒரு நிலை இருப்பின், தியானம் என்பதும் பணம் செலவழித்துப்பெறும் கல்விப் பட்டயங்கள் நிலைக்குத் தள்ளப்பட்டிருக்கும்.

பணம் செலவழித்துக் கல்வி கற்பவன் மட்டுமே வாழமுடியும் என்றால், மற்றவர்கள் கதி என்னாவது? படித்தவர்களைவிட, படிக்காதவர்களின் அறிவும் அனுபவமும் உயர்ந்தது.

தியானம் அவரவர்க்குச் சுதந்தரமானது. மனத்துக்கு அமைதி வேண்டும் என்ற தேடுதல் இருந்தால் போதும். தியானம் ஏதோ ஒரு வழியில் நமக்கு சித்திக்கும்.

தேடுதல், ஒவ்வொரு மனிதனின் அந்தரங்க விஷயம். அதில் தலையிட எவருக்கும் உரிமை இல்லை. அவரவரின் தேடுதலுக்கும், முயற்சிக்கும் ஏற்ப தியானம் கைகூடும். ஆனால், யாராக இருந்தாலும் வாய் பேசாதிருக்க வேண்டும்.

சுவாசமே தியானம்

தியானத்தை முன்னிட்டு, சுவாசம் ஒழுங்குபடுகிறது. சுவாசத்தை முன்னிட்டு, தியானம் ஒழுங்குபடுகிறது.

தியானத்துக்கும் சுவாசத்துக்கும் நெருங்கிய தொடர்பு இருக்கிறது. மனத்துக்கும் சுவாசத்துக்கும் தொடர்பு இருக்கிறது என்பது விஞ்ஞான பூர்வமான உண்மை.

'சலே வாதம், சலே சித்தம்
நிக்சலம் நிச்சலம் பவதி'

என்பது சம்ஸ்கிருதப் பொன்மொழி.

சுவாசம் அடங்கினால், மனம் அடங்கும். மனம் அடங்கினால், சுவாசம்அடங்கும் என்பது இதன் பொருள். வேகமாக சுவாசித்தால் ஆயுள் குறைவு. நிதானமாகச் சுவாசித்தால் ஆயுள் அதிகம்.

முயல், நிமிடத்துக்கு முப்பத்தி எட்டு முறை சுவாசிக்கிறது. அதனால், எட்டு ஆண்டுகளில் இறந்துவிடுகிறது. ஆனால், ஆமையோ நிமிடத்துக்கு ஐந்து முறை சுவாசிக்கிறது. அதனால், 150 ஆண்டுகள் வாழ்கிறது. ஆனால், மனிதர்களாகிய நாம் நிமிடத்துக்குப் பதினைந்து முதல் இருபது முறை வரை சுவாசிக்கிறோம்.

தியானத்துக்கும் இறைவனுக்கும் தொடர்பு இருக்கிறது. தியானத்துக்கும் இயற்கைக்கும் தொடர்பு இருக்கிறது. இயற்கையும் இறைவனும் வேறுவேறு இல்லை.

தியானம் எல்லோருக்கும் பொதுவானது. யாவருக்கும் எளிதானது. அவரவர் விருப்பப்படி, அவரவர்க்கு இயன்றபடி, தியானத்தைக் கடைப்பிடிக்கலாம்.

தனிமையில் சென்று கண்களை மூடி அமர்ந்திருக்க வேண்டும். இதுதான் தியானத்தின் அடிப்படை. இந்தப் பயிற்சி, தினம்தோறும் தவறாது இருந்தால், தியானத்தின் உச்சநிலையான தவத்தையும் எட்டிப் பிடிக்கலாம். அதன்மூலம், 'அட்டமா சித்தி'களும்கூடக் கிடைக்கும்.

சுவாசத்தால் கிடைக்கும் சொர்க்கம்

நமது மூக்கின் இடது துவாரம் இடகலை. இது, சந்திர கலை எனப்படும். குளிர்ச்சியானது. வலது துவாரம் பிங்கலை. இது, சூரிய கலை. வெப்பமானது. இவை இரண்டும் சேர்ந்து, உடலைச் சமசீதோஷ்ணமாக வைத்திருக்கிறது. இவற்றின் வாயிலாக சுவாசம் நிகழ்கிறது.

சுவாசக் காற்றில், நாம் உயிர் வாழ்வதற்குத் தேவையான பிராண சக்தியும் (சுப்ரீம் கான்ஷியஸ் எனர்ஜி) நிறைந்திருக்கிறது. பிராண சக்தி என்பது இயற்கையின் சாரம். அதை 'அமிர்தக் காற்று' என்பார்கள். உள்ளிழுக்கின்ற காற்றானது, உடலுக்குள் இருக்கும் 72000 நாடிகளின் வாயிலாக, ஒவ்வொரு அணுக்களுக்கும் சென்றுஅடைகிறது.

முதுகுத் தண்டுவடம் வழியாக 'சுஷ்மனா' நாடி ஓடுகிறது. இதன்வழியாக, மூலதாரத்தில் உள்ள குண்டலினி சக்தி மேல் எழும்பி வந்து, புருவ மத்தியாகிய ஆக்ஞா சக்ரத்தில் வெளிப்படுகிறது.

அப்போது, கோடிக்கணக்கான சூரியன்களை ஒரே சமயத்தில் காண்பது போன்ற பேரொளி உண்டாகும். அந்த ஒளியே, பிரபஞ்சப் பேரொளி யாகும். அதை, ஒவ்வொரு மனிதனும் அனுபவிக்க வேண்டும் என்பதே இறைவனின் விருப்பம். அதெற்கென்றே மனிதனாகப் படைக்கப் பட்டிருக்கிறான்.

விரல் விட்டு எண்ணத்தக்க சில பேர் மட்டுமே அதைக் கண்டிருக் கிறார்கள். மற்றபடி, எந்த மனிதனும் அதை எட்டவில்லை. எட்ட முடியாது என்பதோ, கூடாது என்பதோ காரணம் அல்ல. அதை அறிவ தற்கு, எவருக்கும் விருப்பம் இல்லை. அந்தப் பேரொளியை மட்டும் கண்டுவிட்டால், வாழ்க்கையில் கேட்டது எல்லாம் கிடைக்கும். 'இல்லை என்பதே இல்லை'. எல்லாமே உண்டு அவர்களுக்கு.

பிணி, மூப்பு, மரணம் ஏதும் இல்லை. ஆனால், இதன் அருமை யாருக்கும் தெரியவில்லை.

உலக விஷயங்கள் எல்லாவற்றுக்கும் ஆசைப்படுகிறார்கள். எல்லாமே நிராசையாகிறது. ஆசைப்பட்டது கிடைத்தால், அதனால் பெருந்துன்பம் வருகிறது. நோய் வந்தால், குணமாக மறுக்கிறது. விரைவில் மரணமும் சம்பவிக்கிறது.

ஆனால், குண்டலினி மகாசக்தியை எழுப்பி, துன்பங்களை வென்று, சொர்க்கத்தை இந்த உலகிலேயே அனுபவித்து, நீடு வாழலாம்.

அதற்கு, அடிப்படைத் தேவை தியானம். தியானத்துக்குத் தேவை சுவாசம்.

'புல்லின் மேல் இருக்கும் புரவியை மேற்கொண்டால்
கள்ளுண்ண வேண்டா தானே களிப்புண்டாகும்
துள்ளி நடப்பிக்கும் சோம்பல் தவிர்ப்பிக்கும்
உள்ளதைச் சொன்னோம் உணர்வுடையோருக்கே'

'புரவி' என்றால் குதிரை. மனத்தைக் குதிரைக்கு உவமானமாகச் சொன்னார்கள். குதிரையை, சாமான்யமாக யாராலும் அடக்க முடியாது. குதிரை வலிய விலங்கு. அது நின்றுகொண்டே தூங்கக்கூடியது. அரசர்கள் காலத்தில், குதிரையை அடக்குவதை வீரத்துக்கு அடையாள மாக வைத்தார்கள். ராஜா தேசிங்கு மன்னன், குதிரையை அடக்கி வெற்றிகண்ட மாமன்னன்.

மனத்தை அடக்குவதும் சாமான்யமான காரியம் இல்லை. குதிரை போன்று கட்டுக்கடங்காத மனத்தை, சுவாசப் பயிற்சி மூலம் அடக்கி விடலாம். அப்படி அடக்கி ஆண்டுவிட்டால், மது அருந்தாமலேயே அருந்தியதுபோல் மனத்தில் மகிழ்ச்சி உண்டாகும். உற்சாகத்தோடு துள்ளி நடக்கலாம். களைப்பே வாராது. இந்த உண்மையை, சுவாசப் பயிற்சி

செய்வோருக்கு மட்டுமே சொல்கிறோம் என்பது பாடலின் பொருள்.

சுவாசத்தைக் கவனியுங்கள். அதுவே, நமது ஜீவனாக இருக்கிறது. உள் மூச்சு, வெளி மூச்சு. இரண்டிலும் என்ன நிகழ்கிறது?

உள் மூச்சில் நல்ல காற்று உள் வாங்கப்பட்டு, வெளி மூச்சில் அசுத்தக் காற்று நீக்கப்படுகிறது. ஒவ்வொரு சுவாசத்திலும், உடலுக்கு ஆரோக்கியம் பெருகுகிறது. ஒவ்வொரு சுவாசத்திலும், உடல் நோய்கள் குணமாகின்றன. இது, விஞ்ஞானபூர்வமான உண்மை.

இது, இப்படி இருக்கும்போது, ஒவ்வொரு சுவாசத்திலும் நமக்கு நல்லது நடக்காதா என்ன?

ஆம். ஒவ்வொரு சுவாசத்திலும் நமக்குள் நன்மைகள் வந்து சேருகின்றன. ஒவ்வொரு சுவாசத்திலும், நமக்குள் இருக்கும் தீமைகள் வெளியேறுகின்றன.

நாம் தூங்கும்போதுகூட சுவாசம் நிகழ்கிறது. நாம் இடைவிடாமல் சுத்திகரிக்கப்படுகிறோம். இந்த உண்மையை எத்தனை பேர் அறிகிறோம்? நம்மை அறியாமலேயே, நமக்குள் நடைபெற்றுக்கொண்டிருக்கும் 'நற்பவி'யை, நாம் என்றைக்கு எண்ணிப் பார்த்தோம்.

சுவாசத்துக்கு 'வசி'யோகம் என்று பெயர். இறைவனுக்கு, 'சிவம்' என்று பெயர்.

'வசி... வசி... வசி...' என்றால், 'சிவ... சிவ... சிவ...' என்று நமக்குக் கேட்கும். 'சிவ... சிவ... சிவ...' என்றால், 'வசி... வசி... வசி...' என்று நமக்குக் கேட்கும்.

சுவாசக் காற்றே, இறைவனாகிய 'சிவ'மாக இருக்கிறது என்று பொருள். சிவமாகிய இறைவனே, 'வசி'யாகிய சுவாசக் காற்றாக இருக்கிறான் என்று பொருள்.

உங்களுக்கு என்ன என்ன கவலைகள், கஷ்டங்கள், குறைகள், நோய்கள் இருக்கின்றனவோ, அத்தனையும் வெளிக் காற்றோடு களைந்து போவதாகக் கற்பனை செய்துகொள்ளுங்கள்.

சுவாசத்தைக் கவனித்துக்கொண்டே இருப்பதற்கு அப்பாற்பட்ட தியானம் வேறில்லை.

எண் சாண் உடம்புக்கு சிரசே பிரதானம். ஆனால், எல்லாவற்றுக்கும் உயிரே பிரதானம். உயிரைப் போற்றி, வாழ்வைப் பாதுகாத்துக்கொள்வதற்குத் தியானமே பிரதானம். ஆனால், கடவுளை ஒழித்து ஒரு தியானம், கனவிலும் இல்லை.

நீங்கள் நாத்திகராக இருக்கலாம். கடவுள் இல்லை என்று கூறலாம். அதற்குச் சுதந்தரம் இருக்கிறது. நீங்கள், உங்களை அறியாமலும், உண்மைப் பொருளை அறியாமலும் இருப்பதற்கும் சுதந்தரம் இருக்கிறது.

இது ஜனநாயக நாடு. எத்தனை மதங்கள் வேண்டுமானாலும் இருக்க லாம். எழுத்துச் சுதந்தரம் இருக்கிறது. பேச்சுச் சுதந்தரம் இருக்கிறது. கடவுள் இல்லை. இல்லை என்று வாய் கிழியப் பேசலாம். தாள் கிழிய எழுதலாம்.

ஆனால், அவரவர் அனுபவங்களை ஏமாற்ற முடியாது. மாற்றவும் முடியாது. கடவுள் உண்டு என்பவனது அனுபவத்தை அவனால் வெளிக்காட்ட முடியாது. அந்த அனுபவத்தை, வேண்டாம் என்பவனுக்கு வலியச் சென்று திணிக்கவும் முடியாது.

அவரவர் நிழலே அவரவரைத் தொடரும். அதை மாற்றுகிறேன் பேர்வழி என்று போய், அவர் மீது முட்டி மோதிக்கொண்டு விழுந்து, நம்முடைய நிழலையும் நாம் பாழக்கிக்கொள்ள வேண்டாம். விட்டுவிடுவோம்.

11

கோயிலும், தியானமும்

எனது நண்பர் ஒருவருடன், கோயிலுக்குச் செல்வது வழக்கம். அவர், தியானத்தில் அவ்வளவு ஈடுபாடு இல்லாதவர். கோயிலுக்குப் போவார். எல்லோரையும்போல் சாமி கும்பிடுவார். வந்துவிடுவார். அவரிடம் நம்பிக்கை இல்லாதிருந்ததை நான் அறிவேன். எனக்குத் தியானம் செய்யும் வழக்கம் இருந்ததால், கடவுளை நம்பிக்கையோடு கும்பிடுவது வழக்கம்.

கோயிலுக்குப்போனால், நான் தியானம் செய்யாது திரும்புவதில்லை. தனியாக ஒரு இடத்தில் சென்று, சில நிமிடங்கள் கண்களை மூடித் தியானிப்பது வழக்கம். அப்போது, என்னிடம் நண்பர் ஒரு கேள்வி கேட்டார்.

தியானம் செய்வதே கடவுளை நமக்குள் காண்பது என்பார்கள். பிறகு எதற்குக் கோயில்களைக் கட்டினார்கள்? என்றார்.

'சரியான கேள்வி. நாம் தினமும் தியானம் செய்ய வேண்டும் என்பதை நமக்கு வலியுறுத்துவதற்கென்றே கோயில்களைக் கட்டினார்கள்' என்றேன்.

'அது எப்படி?' என்றார்.

'கோயிலில் உள்ள விக்ரஹங்களைப் பாருங்கள். எப்படி இருக்கின்றன?' என்றேன்.

'வைத்தது வைத்தபடியே, அசையாமல் இருக்கின்றன' என்றார் குத்தலுடன்.

'அது எதைக் குறிக்கிறது?' என்றேன் மறுபடியும்.

'சிலையில் கடவுள் இல்லை என்பதைக் குறிக்கிறதோ? என்றார் மீண்டும் குத்தலுடன்.

'சரி. அப்படியே வைத்துக்கொள்ளுங்கள். ஆனால், அந்தச் சிலை அசைந்தால், அதனுள் கடவுள் இருக்கிறார் என்பதை நம்புவீரா?' என்றேன்.

'ஓ' என்றார், பெரிதாகத் தலையை ஆட்டி.

மூலவருக்கு நேர் எதிரே, ஒரு வயதானவர் தியானம் செய்து கொண்டிருந்தார்.

'அவரைப் பாருங்கள். அவர் எப்படி இருக்கிறார்?' என்றேன்.

'அசையாமல் சிலைபோல் அமர்ந்திருக்கிறார்' என்றார்.

'அவரையே கவனித்துக்கொண்டிருங்கள். பிறகு சொல்கிறேன்' என்றேன்.

அவரும், அந்தப் பெரியவரையே கவனித்துக்கொண்டிருந்தார்.

பத்து நிமிடங்கள் ஆகியிருக்கும். அந்த முதியவர் மெல்ல எழுந்து நின்றார்.

'பார்த்தீர்களா? சற்று முன் சிலைபோல் அமர்ந்திருந்தவர் என்று சொன்னீர்களே, அவர்தான் இப்போது அசைந்து எழுந்து நிற்கிறார். இதிலிருந்து என்ன தெரிகிறது? சிலைபோல் ஆடாமல் அசையாமல் அமர்ந்திருந்தால், நமக்குள்ளே இறைவனை நாம் அறியலாம். அதாவது, எம்மைப்போல் நீயும் அசையாது அமர்ந்திருந்தால், உமக்குள் எம்மை அடையலாம் என்று, நமக்கு ஒவ்வொரு விக்ரஹமும் பாடம் சொல்கின்றன.

'அசையும் பொருள், அசையாப் பொருள், அனைத்திலும் இறைவன் இருக்கிறான். சிலை அசையாது. அதற்காக, அதில் சிவம் இல்லை என்று அர்த்தம் இல்லை. அசையும் பொருள்களில் இருக்கும் சிவத்தை, அசையாது இருந்தால்தான் அறிய முடியும். அதற்கு, தியானம் செய்துவந்தால் போதும். அதை அறிவுறுத்தவே, இங்கே காணப்படும் எல்லா விக்ரஹங்களும் அசையாத நிலையில் இருக்கின்றன. ஆனால், அவைதான் நம்மை எல்லாம் ஆட்டி வைக்கின்றன' என்றேன்.

நண்பர் அப்போதுதான் யோசித்தார். 'சந்தேகம் இருந்தால், அந்த முதியவரையே போய் கேட்டுப் பாருங்களேன்' என்றேன்.

நண்பர் சற்றே தயங்கினார். உண்மையை அறிவதற்கு எப்போதுமே தயக்கம் காட்டக் கூடாது. 'வாருங்கள்' என்று அவரை அழைத்துக் கொண்டு, அந்தப் பெரியவர் முன் கொண்டுபோய் நிறுத்தினேன்.

'இவர் உங்களிடம் ஏதோ கேட்க விரும்புகிறார்' என்று கூறினேன்.

'எதுவாக இருந்தாலும் தைரியமாகக் கேள். நீ கேட்பதைத் பொறுத்துத் தான் பெற முடியும்' என்றார்.

'நீங்கள் கண்களை மூடி உட்கார்ந்திருந்தீர்களே. கடவுளைக் கும்பிட்டீர் களா? தியானம் செய்தீர்களா?' என்றார் நண்பர்.

நானே அப்படி ஒரு கேள்வியை எதிர்பார்க்கவில்லை.

ஆனால், அந்தப் பெரியவரிடம் இருந்து அப்படி ஒரு பதில் வரும் என்றும் எதிர்பார்க்கவில்லை.

'கண்களைத் திறந்து கும்பிட்டேன். மூடிக்கொண்டு அனுபவிக்கிறேன்' என்றார். அவரது பதிலில், ஆழமான பொருள் இருப்பது புரிந்தது.

'புரியவில்லையே' என்றார் நண்பர்.

'கண்களைத் திறந்து கும்பிட்டுவிட்டீர்களே, பிறகு எதற்கு கண்களை மூடிக்கொண்டு அனுபவிக்கிறீர்கள்?'

'கும்பிட்டுக்கொண்டிருந்தபோது, கடவுளை விக்ரஹத்தில் கண்டேன். கண்களை மூடிக்கொண்ட பிறகு, கடவுளை எனக்குள்ளாகக் கண்டேன்.'

'அப்படியா?' - நண்பரின் புருவங்கள் வியப்பில் உயர்ந்தன.

பேசாமல் உட்காருவதில் உள்ள பேரமைதி, வேறு எந்த மார்க்கத்திலும் இல்லை. இதுதான், தியானத்தின் உண்மை நிலை.

சும்மா உட்காருவதையே 'ஞான திருஷ்டி' என்றார் பகவான் ரமணர். ஆனந்தம் என்பதே நிலையானது. அது முடிவற்றது. அதைத் தருவது அமைதி ஆகும். அருளின் உயர்ந்த நிலையே ஆனந்தம் ஆகும்.

அமைதியாக உட்காருவதற்கு, எந்தவிதமான கல்வித் தகுதியோ, சமூகத் தகுதியோ, பொருள் தகுதியோ தேவை இல்லை. தனிமை போதும். கண்களை மூடிக்கொண்டு மவுனமாக அமர்ந்தால் போதும். எல்லாக் கதவுகளும் தானாகவே திறக்கும்.

அவரவர் வாழ்க்கையில் ஆயிரம் ஏக்கங்கள்

ஒவ்வொருவருக்கும் ஒரு ஆசை உள்ளது. ஆசைப்படுவதற்கும், அதை அடைந்து அனுபவிப்பதுற்கும், நமக்குள்ளாகவே ஒரு சக்தி காத்துக் கொண்டிருக்கிறது. அதை நாம் ஒருவருமே அறிந்துகொள்ளவதில்லை.

ஆனால், ஆசைப்பட்டது கிடைக்கவில்லையே என்று அங்கலாய்க் கிறோம். அது மட்டும் அல்ல. ஆசைப்பட்டது கிடைத்தாலும்கூட அலறுகிறாம். அதுதான் ஆசைகளின் இயல்பு.

ஒவ்வொரு ஆசையிலும், ஒரு துன்பமானது தொக்கிக் கொண்டு இருக்கிறது. பொதுவாக, யாருமே அதைப் புரிந்துகொள்ளத் தயாராக இல்லை. ஆசைகளை அடையக் கூடாது. அதைத் துறக்க வேண்டும் என்று யாரும் சொல்லவில்லை. எந்த மதமும் அதை வலியுறுத்த வில்லை. நியாயமான ஆசைகளை, அனுபவித்துக் கடக்க வேண்டும் என்றுதான் எல்லா மதங்களுமே வலியுறுத்துகின்றன.

நியாயமற்ற ஆசைகளை விலக்கி, நியாயமான ஆசைகளை நமக்குக் கூட்டுவிப்பதே தியானத்தின் மகிமை என்பதை எத்தனை பேர் அறிந்திருப்பார்கள்? அனுபவித்தோர்க்கு மட்டுமே அது தெரியும்.

ஒரு வீடு என்று எடுத்துக்கொண்டால், வரவேற்பு அறை, பூஜை அறை, சமையல் அறை, சாப்பிடும் அறை, படிக்கும் அறை, படுக்கை அறை, கழிவு அறை, குளியல் அறை, சரக்கு அறை என்று ஒவ்வொன்றுக்கும் ஒரு அறையை வகுத்திருக்கிறோம்.

ஆனால், வீட்டுக்கு மட்டும் கதவு இல்லை என்றால் அது வீடாகுமா? திறந்தே கிடந்தால், நாளடைவில் அது பாழடைந்த வீடுபோல் காணப்படும். தெருவில் போகும் ஆடு, மாடுகள், நாய்கள் உள்ளே நுழையும். திருடர்களும் நுழைவார்கள்.

வீட்டுக்குப் பாதுகாப்பு கதவு. வீடு, வீடாக இருப்பதற்குக் கதவே முக்கியம். அதுபோல், நாம் எவ்வளவு படித்திருந்தும், பணவசதி பெற்றிருந்தும், பதவி இருந்தும், தியானம் மட்டும் நம்மிடம் இல்லை என்றால், நாம் மனிதனுக்கு உரிய அந்தஸ்தைத் தவற விட்டு விடுகிறோம்.

12

திருவாசகமும், தியானமும்

தியானத்தைப் பற்றி, உலகம் முழுதும் இருந்து விஞ்ஞானிகள் சார்பாகவும் மெய்ஞ்ஞானிகள் சார்பாகவும் ஆய்வறிக்கைகள் வந்துகொண்டே இருக்கின்றன. ஆனால், பல ஆயிரம் ஆண்டுகளுக்கு முன்னதாகவே, இறைவனால் 'மணிவாசக...' என்று விரும்பி அழைக்கப்பட்ட வாதவூரர் என்ற அடியார் இயற்றிய திருவாசகப் பாடல் ஒன்று அற்புதமாக விளக்கம் அளித்து நிற்கிறது.

'திருவாசகத்துக்கு உருகாதார் ஒரு வாசகத்துக்கும் உருகார்' - என்பது பொதுமொழி.

இந்தியாவுக்குக் கப்பலில் வந்துகொண்டிருந்த ஜார்ஜ் யூக்ளோவ் (ஜி.யூ.) போப் என்ற ஆங்கிலேய கிறிஸ்தவ மதபோதகர், தமிழ் மொழியின் அருமையைப் பற்றிக் கேள்விப்பட்டு, கப்பலிலேயே ஆறு மாதங்கள் விடாது தமிழ் மொழியைக் கற்றுக்கொண்டவர். அவர் தமிழகம் வந்து, திருக்குறள், திருவாசகம் போன்ற நூல்களின் அருமைகளைக் கேள்விப்பட்டு அவற்றை வாங்கிப்படித்தார். மெய் சிலிர்த்தார்.

திருவாசகத்தை ஆழ்ந்து படித்து, அதன் பொருளில் மனத்தைப் பறிகொடுத்து கண்ணீர் வடித்த அவர், திருவாசகத்தை ஆங்கிலத்தில் மொழிபெயர்த்து வெளியிட்டார். அவர் தனது இறுதிக் காலத்தில், உலகிலேயே தான் அறிந்த சிறந்த மெய்ஞானம் 'திருவாசக'மும், 'சிவஞான போத'மும் (சைவ சித்தாந்த நூல்)தான் என்று தம் கைப்படக் கடிதம் எழுதி வைத்துவிட்டு உயிர் நீத்தார்.

திருவாசகம் அருளிய மணிவாசகர்,

> 'வேண்டத்ததக்கது அறிவோய் நீ
> வேண்ட முழுதும் தருவாய் நீ
> வேண்டி என்னைப் பணிகொண்டாய்
> வேண்டி நீ யாது அருள் செய்தாய்
> வேண்டும் பரிசு ஒன்று உண்டென்னில்
> அதுவும் உன்றன் விருப்பன்றே'

'நான் என்ன கேட்டாலும் கொடுப்பாய். என்னை நீயே படைத்து வாழ்வித்துக்கொண்டிருக்கிறாய். நான் ஏதேதோ கேட்கிறேன். ஆனால், எனக்கு என்ன வேண்டும் என்று உனக்கே தெரியும். நீ பார்த்து எது கொடுத்தாலும், நான் அதை மகிழ்வுடன் ஏற்றுக்கொள்கிறேன்'.

இந்தப் பாடல் வரிகளை ஆழ்ந்து படித்தால், இதில் மறைந்துள்ள மெய்ப் பொருள் தெரியும். இந்தப் பாடல், தியானம் புரிவோரின் மனோ நிலை எப்படி இருக்கும் என்பதைப் படம் பிடித்தாற்போல் துல்லிய மாகக் காட்டுகிறது.

ஒவ்வொருவருக்கும் ஒரு ஆசைக் கனவுகள் இருக்கும். பொதுவாகவே, நமக்கு முன் வெற்றிபெற்றோரைப் பார்த்து நாமும் வெற்றிபெற ஆசைப்படுகிறோம். மற்றவர்கள் ஒரு துறையில் வெற்றிபெற்றால், அதே துறையில் வெற்றிபெற ஆசைப்படுகிறோம். இதற்கு, நம்முள் இருக்கும் திறமையை நாம் அறியாததே காரணம்.

நம் திறமை என்ன என்பதை முதலில் கண்டுபிடிக்க வேண்டும். அதைத் தெரிந்துகொள்ள முடியாதவர்கள், முதலில் தியானத்தில் அமர்ந்து தன்னை உணர வேண்டும். பிறகு, தனது திறமையைக் கண்டுபிடித்து, அதை வெளியிட்டு வெற்றிபெற முயற்சிக்க வேண்டும். அந்தத் திறமையைக்கூட, இயல்பாக இருந்து தியானித்து முயற்சிக்க வேண்டும். திறமை இருந்தும், சம்பந்தப்பட்ட துறையில் மேலே வர முடியாதவர்கள் எவ்வளவோ பேர் இருக்கிறார்கள்.

உதாரணமாக, திரையுலகையே சொல்லலாம். வெற்றிபெற்ற ஒரு சில நடிகர்கள், இயக்குநர்களைப் பார்த்துவிட்டு, தாமும் அப்படி ஆக வேண்டும் என்ற கனவுகளுடன், ஆயிரம் ஆயிரம் இளைஞர்கள், கிராமங்களில் இருந்து படை எடுத்து வந்து சென்னையில் முகாமிட் டார்கள். எல்லோராலும் திரை உலகில் கால் பதிக்க முடியவில்லை. எந்த மார்க்கத்திலும், திரையுலகில் நுழைய முடியாத முக்கால் வாசிப் பேர், வாழ்க்கையைத் தொலைத்துவிட்டு தெருவில் அலைகிறார்கள்.

திரையுலகத்தின் கனவுகளில் மிதப்பவர்களுக்கு வேறு எந்த வேலையும் செய்யத் தெரியாது. வேறு வழியில்லை, ஒரே வழி. வயிற்றுப் பாட்டுக்காக, ஓட்டல்களில்போய் சப்ளையர்களாக இன்றைக்கும் நின்றுகொண்டிருக்கிறார்கள். காரணம், தன் திறமை என்ன என்று தானே அறிந்துகொள்ளாமை.

சினிமா கம்பெனிகளுக்கும், இயக்குநர் வீடுகளுக்கும் ஆண்டுக்கணக் காகச் சென்று காத்துக்கிடந்தவர்கள், தினமும் ஒரு சில மணித்துளிகள் தியானத்தில் அமர்ந்து வந்திருந்தால், அவர்களது தலை எழுத்தே மாறி இருக்கும். காலங்கள் வீணாகி இருக்காது.

உண்மையிலேயே அவர்களுக்குத் திறமை இருந்தால், அதே துறை யிலேயே வாய்ப்புகள் கிடைத்திருக்கும் அல்லது அவர்களே ஏற்றுக் கொள்ளும் வண்ணம், மாற்றுத் துறையில் வாய்ப்புகள் கிடைத்து, வாழ்க்கை வெற்றிகரமாக மாறி இருக்கும்.

திரை உலகம் மட்டுமல்ல, எத்தனையோ பேர் தங்களுக்குத் தெரியாத தொழிலைத் துவக்கிவிட்டு, பணத்தையும், காலத்தையும், நிம்மதியை யும் தொலைத்துவிட்டுத் தெருவில் கிடக்கிறார்கள். எல்லாவற்றுக்கும் பொதுப்படையான காரணம், அவர்களிடம் தன்னை அறியும் திறன் இல்லாமையே ஆகும். அதாவது, தியானப் பயிற்சி இல்லாமையே ஆகும்.

நாமும் நம்மைச் சார்ந்தவர்களும்

நாம் தனி மனிதர்கள் இல்லை. நமக்கு என்று ஒரு குடும்பம் இருக்கிறது. பெற்றோர்கள், உடன் பிறந்தோர், வாழ்க்கைத் துணை, உற்றார், உறவினர், நண்பர்கள் என்று ஒரு சமூகமாக வாழ்ந்துகொண்டிருக் கிறோம். நாம் நிம்மதியாக இருக்கும்வரை, மற்றவர்களுக்கு ஒன்றும் இல்லை. நாம் மகிழ்ச்சியாக இருக்கும்வரை, நம்மால் நம் சமூகத்துக்கு ஒரு பாதகமும் இல்லை.

சொல்லப்போனால், நாம் நல்ல நிலையில் இருக்கும்வரை நம்மால் மற்றவர்கள் மகிழ்ச்சி அடைவார்கள். ஆனால், நம் நிலையில் ஒரு தடுமாற்றம் வந்துவிட்டால்...

நமக்கு உடல், உள்ளம் என்ற இரண்டு அம்சங்கள் இருக்கின்றன. இரண்டில் எது பாதிக்கப்பட்டாலும், நமக்கு அசௌகரியமும், அமைதிக்குறைவும் ஏற்படும். நமக்கு ஏற்படக்கூடிய மகிழ்ச்சி, எப்படி நம்மைச் சுற்றி இருப்போரைப் பாதிக்கிறதோ, அப்படியே நமது அமைதிக்குறைவும் அவர்களைப் பாதிக்கிறது.

அலுவலகத்தில் ஏற்பட்ட மனக் கொந்தளிப்பை மனைவியிடம் காட்டும் ஆண்கள் உண்டு. கணவனால் ஏற்பட்ட மனப்பாதிப்பை பிள்ளைகளிடம் காட்டும் பெண்கள் உண்டு. மனக் கொந்தளிப்பு ஆகட்டும், மனப் பாதிப்பு ஆகட்டும், மனச் சிதைவு ஆகட்டும், எதுவானாலும் நம்மைச் சார்ந்திருப்போரையும் பாதிக்கும்.

உடல் நோயோ, மனநோயோ தனது பாதிப்புகளை, உணர்ச்சிகளை வெளிப்படுத்தும்போது 'நாகரிகம்' பார்ப்பது இல்லை. வாந்தி என்று வந்துவிட்டால், பேருந்தில் உள்ள சக பயணிகளைப் பொருட்படுத்து வது இல்லை. வாந்தி, உடல் அளவில் ஏற்படும் ஒரு மாறுதல். உடல் அளவில் ஏற்படும் எந்த அசௌகரியமும் அப்படியே மனத்தையும் பாதிக்கிறது.

உடலுக்கும், மனத்துக்கும் எத்தனை நெருங்கிய தொடர்பு இருக்கிறது என்பதற்கு ஒரு சம்பவம் இருக்கிறது.

பல ஆண்டுகளுக்கு முன், எனது நண்பர் ஒருவருடன் கொடைக் கானலுக்குச் சுற்றுலா சென்றுவிட்டுத் திரும்பிக்கொண்டிருந்தேன். மதிய உணவை முடித்துக்கொண்ட நேரத்தில், பேருந்து கிளம்பியது. மலைப்பாதையின் சரிவுகளில் வளைந்து வளைந்து இறங்கும்போது, பயணிகள் அனைவருக்குமே வயிற்றைப் பிசைவது இயல்பு. அது போல், பயணிகளுக்கும் வயிற்றை என்னவோ செய்தது. எல்லோ ருக்குமே கலவரத்தோடு காணப்பட்டார்கள். வாந்தி உணர்வு அவர் களை அச்சுறுத்திக்கொண்டிருந்தது.

பேருந்து 'ஊத்து' என்ற ஊரில் நின்றது. பயணிகள் அதுவரை சும்மாதான் இருந்தார்கள். எனது நண்பர், வாயை வைத்துக்கொண்டு சும்மா இருந்திருக்கலாம். 'வாந்தி எடுக்கணும்போல் இருந்தால், இப்பவே எடுத்துக்கோங்க. தண்ணி வசதி எல்லாம் இருக்கு...'

நண்பர் இப்படிச் சொன்னதுதான் தாமதம். கிட்டத்தட்ட, பேருந்தில் இருந்த அத்தனை பயணிகளும் 'குபு குபு' என்று வாந்தி எடுக்க ஆரம்பித்துவிட்டார்கள். மலைப்பாதையில், எல்லோரிடமும் மறைந் திருந்த 'வாந்தி உணர்ச்சி', ஒரே ஒரு வார்த்தையால் மனத்தைப் பாதித்து நடைமுறைப்படுத்திவிட்டது.

நம்புங்கள். மனத்துக்கும் உடலுக்கும் நேரடித் தொடர்பு இருக்கிறது. நாம் நன்றாக ஓடியாடிக்கொண்டிருக்கும்வரை ஒன்றும் தெரியாது. உடல் நலம் பாதிக்கப்பட்டு, ஒருநாள் படுக்கையில் விழும்போதுதான் தெரியும், நம் நிலை. உடல் நோயால் படுத்துக் கிடக்கும்போது, நம்மைச் சார்ந்த வர்கள் அனைவருமே அசௌகரியப்படுவதைக் காணமுடியும். அதனால் தான், பெரியோர்கள் 'யாருக்கும் தொல்லை இல்லாமல், கை கால் சுகத்தோடு கண்ணை மூடிவிடவேண்டும் 'என்று அடிக்கடி சொல் வார்கள்.

நாம் உடல் நோயால் அவதிப்படும்போதுதான், மற்றவர்கள் எப்படிப் பட்டவர்கள் என்பதையும் புரிந்துகொள்ள முடியும்.

உடல் நோய் எவ்வளவோ தேவலை. ஆனால், மன நோய்களோ அதைவிட அதிபயங்கரமானவை. சுயநினைவு அற்றுப்போவது, மன நோயின் முதிர்ந்த நிலை. அந்த நோய் வந்தவர்களுக்குத் தங்களைப் பற்றி ஏதும் தெரியப்போவதில்லை. ஆனால், அவர்களை வைத்துக் கொண்டு இருக்கும் அவர்களது குடும்பத்தினர் கதிதான் கொடுமையானது. அவர்களால், மன நோயாளிகளைக் கையாளவே முடியாது. எது சொன்னாலும் காதில் வாங்கிக்கொள்ள மாட்டார்கள். செய்யக் கூடாதவற்றை எல்லாம் பலர் அறியச் செய்வார்கள்.

சுயநினைவை இழந்து அவர்கள் செய்யும் ஒவ்வொரு செயல்களும், அவரைச் சூழ்ந்திருக்கும் சமூகத்தினரைப் பெரிதும் பாதிக்கும். தன்னைச் சுற்றியுள்ளோருக்குப் பெரிய தொல்லைகளைத் தருவார்கள். அவர்களை யாராலும் கட்டுப்படுத்த முடியாது.

மன நோயாளிகளை, சமுதாயமே கல் எறிந்து கொன்றிருக்கிறது. கட்டிவைத்து அடி, உதை கொடுத்திருக்கிறது. அவர்களது தலைகளைப் பிளந்துபோட்டிருக்கிறது.

அவர்களை வைத்துக்கொண்டு, வாழவும் முடியாமல், சாகவும் முடியாமல் 'இருதலைக் கொள்ளி' எறும்புபோல், சம்பந்தப்பட்ட குடும்பத்தினர் படும் அல்லல்கள், கொடு நரகத்தைவிடக் கொடுமை யானவை. மனிதனுக்கு இறுதிவரை வரக் கூடாதது, உடல் நோய் மட்டும் அல்ல, முக்கியமாக மன நோய்களும் என்பதை மனத்தில் வைத்துக்கொள்ளுங்கள்.

'நோயற்ற வாழ்வே குறைவற்ற செல்வம்'.

உடல் நோய், மன நோய் இரண்டு நோய்களும் இல்லாமல், இறுதிவரை வாழ்க்கையைப் பாதுகாப்போடு நடத்துவதற்கு, ஒவ்வொரு மனிதனுக்கும் ஒரு சக்தி தேவை. அந்தச் சக்தி, நம்முடைய உயிர்ச் சக்தியாகவே இருக்கிறது.

உயிர்ச் சக்தியை மனிதன் அறியத் தவறிவிடும்போதுதான், இதுபோன்ற நோய்களுக்கு ஆளாகிறான்.

நமக்கென்று உதவுவதற்காக, நம்முடன் நமது உயிர்ச் சக்தி காத்துக்கொண் டிருக்கிறது. அதைக் கண்டுபிடித்து, அதன் துணையைப் பெற்றுக்கொள் வது அவரவர் கடமை. அதற்கான அத்தியாவசியத் தேவையே தியானம்.

கோபம், ஆத்திரம், பொறாமை போன்ற வேண்டாத உணர்ச்சிகள், மனம் எதிர்பார்த்த காரியங்கள் நடைபெறாதபோது பீறிடுகிறது. அவை வெளிப்படும்போது, மற்றவர்களையும் புண்படுத்தி அமைதிக் குறைவடையச் செய்துவிடுகிறது.

நம்மிடம் இருந்து வெளிப்படும் வேண்டாத உணர்ச்சிகள், நம்மை மட்டும் பாதிப்பதில்லை. நம்மைக்கொண்டு மற்றவர்களையும் பாதிப்படைய வைக்கிறது. நம்மைக் குறித்த ஒரு அதிருப்தியை, நம் மீது ஒரு வெறுப்பை, நம் சுற்றுவட்டாரத்தில் உருவாக்கிவிடுகிறது. மொத்தத்தில், நமக்கு ஏற்படும் எந்த ஒரு பாதிப்பும், நம்மையும் நம்மைச் சார்ந்தவர்களையும் கடுமையாகப் பாதிக்கிறது.

13
கடவுள் பக்தியும், தியானமும்

ஒரு சிறு கதை உண்டு.

ஒரு தீவிர கடவுள் பக்தன் இருந்தான். கடவுளே நமக்குத்தான் சொந்தம் என்று இறுமாந்திருந்தான். ஊருக்குள் திடீரென்று வெள்ளம் வந்துவிட்டது. மக்களை அடித்துப் புரட்டிக்கொண்டு போனது. அந்த பக்தன், ஒரு பாறையில் போய் உட்கார்ந்திருந்தான்.

அவ்வூர் மக்கள், சில தோணிகளை உருவாக்கி, அதன்மூலம் தப்பித்துப் போய்க்கொண்டிருந்தார்கள். பக்தன் இருந்த பாறைக்கு அருகே வந்து அழைத்தார்கள்.

'என்னைக் காப்பாற்ற கடவுள் வருவார்' என்று அவர்களிடம் எகத்தாளமாகப் பதில் சொல்லிவிட்டான்.

அடுத்த தோணியில் வந்தவர்களும், அருகே வந்து அவனை அழைத்தார்கள்.

'நீங்கள் ஏன் வந்தீர்கள்? கடவுளே எனக்காகத் தனியாக வருவார்' என்று சொல்லிவிட்டான்.

அடுத்து வந்த தோணிக்காரர்கள், 'அணை வேறு உடைந்துவிட்டது. வெள்ளம் இன்னும் பயங்கரமாக வரும். நீ உட்கார்ந்திருக்கும் பாறைகூட மூழ்கிவிடும்' என்று எச்சரித்து அழைத்தார்கள்.

அவர்களையும், 'போய்த் தொலையுங்கள். கடவுள் எனக்காகவே வந்துகொண்டிருக்கிறார்' என்றான்.

அணையும் உடைந்தது. வெள்ளம் கட்டுங்கடங்காமல் காட்டாறுபோல் வந்தது. அந்த ஆசாமி உட்கார்ந்திருந்த பாறையை அப்படியே புரட்டித் தள்ளிக்கொண்டு போனது.

வெள்ளத்தில் அடித்துச் செல்லப்பட்டான். வாய், வயிறு, காது, மூக்கு, தொண்டை என்று, வாயில்கள் வழியாக வெள்ளம் புகுந்தது. மூச்சுத் திணறினான். மரணத்தின் பிடியில் உயிருக்குப் போராடிக்கொண் டிருந்தான். இருட்டாகிவிட்டது.

அந்தச் சமயத்தில், கடைசியாக ஒரு படகு 'டைட்டானிக்' ஸ்டைலில் வந்தது. கையில் டார்ச் அடித்தபடி, 'யாராவது உயிரோடு இருக் கிறீர்களா' என்றபடி, ஒருவர் அந்த வழியாக வந்தார்..

அது, அவனுக்கு எங்கேயோ கேட்ட குரலாகத் தெரிந்தது.

'ஆஹா, நம்ம கடவுளேதான். காப்பாத்த வந்துட்டார். வாங்க கடவுளே, வாங்க. வந்து காப்பாத்துங்க. உங்களுக்காகத்தான் காத்திட்டு இருக்கேன். தண்ணிலே எக்கச்சக்கமா மாட்டிக்கிட்டிருக்கேன். சீக்கிரமா வாங்க' என்றான்.

படகில் வந்தது கடவுளேதான். ஆனால், அவன் குரலைக் கேட்டதும், படகு அப்படியே திரும்பிக்கொண்டது. விசையைத் திருப்பியதும் கடவுள்தான்.

கடவுள், படகில் இருந்தபடியே இருட்டுக்குள் இருந்து குரல் கொடுத்தார்.

'ராஜா, நீ பாறையில் இருந்தபோதே உனக்காக மூன்று படகுகளை அனுப்பிவைத்தேன். நீ ஏன் அவற்றில் ஏறவில்லை? அது உன் தவறு. ஒரு வாய்ப்பேனும் கிடைக்காதா என்று எத்தனையோ பக்தர்கள் பாவம் தத்தளித்துக்கொண்டிருக்கிறார்கள். நான் வருகிறேன்'.

கடவுள், நமக்கும் அந்த வாய்ப்புகளை 1440 நிமிடங்களாகத் தந்திருக்கிறார். அதில் 10 நிமிடத்தைக்கூட தியானத்துக்கு ஒதுக்கத் தெரியாவிட்டால், கடவுளே நம்மைக் கண்டுகொள்ள மாட்டார். தியானம் செய்ய வேண்டும்.

இது ஒரு எண்ணம். இதற்கான ஒரு சிறு முயற்சி வேண்டும். அது, உடல் உழைப்போ. மனத்தின் உழைப்போகூட இல்லை. சும்மா உட்காரும், ஒரு சுகமான அனுபவம் மட்டுமே. அதுகூட முடியாவிட்டால், நாம் நம் பிறவியைத் துஷ்பிரயோகம் செய்துவிட்டோம் என்றுதானே அர்த்தம்.

ஒன்றும்கெட்டுப்போகவில்லை. இனியேனும் விழித்துக் கொள்வோம். இப்போதே கண்களை மூடி.

சரணாகதியும், தியானமும்

நம்மை முழுக்க இழந்த நிலையில், ஒரு சாட்சியாக இருக்கும் நிலையே தியானம். அது மிகவும் இயல்பான ஒரு நிலை.

நான், எனது என்ற உணர்வுக்கு இடம் தராமல் இருக்கும்போது, நம்மை 'ஒப்புக்கொடுத்து' இருக்கிறோம் என்பதே உண்மை. இயற்கைக்கு ஒப்புக்கொடுத்து இருக்கும் நிலை, இறைவனுக்கு ஒப்புக் கொடுத்து இருக்கும் நிலை ஆகும்.

இறை அன்பர்கள் எப்போதும் தங்களைப் பூர்ண சரணாகதி ஆக்கி வைத்து இருப்பவர்கள். சரணாகதித் தத்துவத்தை அறியாதவர்களுக்கு அதன் மகிமை தெரியாது.

'தன்னை இழந்த நலம்...' அது.

கடவுள் கண் இமைக்கும் நேரத்தில், தன் பக்தனைக் காப்பதோடு, பக்தனுக்குத் தீங்கு செய்பவனையும் தண்டிக்க வல்லவன். அந்த நுட்பம் எல்லாம் அவனுக்கு மட்டுமே வெளிச்சம்.

அதற்கு என்று இன்னொரு கதையும் இங்கு உண்டு.

அரசன் ஒருவன் மிகுந்த ஆணவம் கொண்டிருந்தான். அவன், கடவுளே இல்லை என்னும் கொள்கையுடையன். அதுமட்டுமல்ல, கடவுள் பக்தர்களைத் துன்புறுத்தியும் மகிழ்ந்துவந்தான். கடவுளே இல்லை என்ற கொள்கையைத் தனது மக்களும் கடைப்பிடிக்க வேண்டும் என்ற கனவு கண்டுவந்தான்.

அவனது அமைச்சரவையில் மந்திரி ஒருவர் இருந்தார். அவர் மிகுந்த கடவுள் பக்தி உள்ளவர். நல்ல சிவ பக்தர். அவரைக் கண்டு கொதித்து எழுந்தான் அரசன். 'என் அமைச்சரவையில் எனக்கு அடிமையாக இருப்பவன் நீ. என் கொள்கைக்கு மாறாக இருக்கிறாய். அதனால், உன் மந்திரி பதவி நீடிக்காது. அதனால், உன் கடவுள் பக்தியைக் கைவிட்டுவிட்டு, என்னிடம் சரணாகதியாகு' என்றான்.

'மிக்க மகிழ்ச்சி மன்னா. கடவுளே இல்லை என்னும் மன்னனிடம் கைகட்டி நிற்பது என் மனத்தை உறுத்திக்கொண்டே இருந்தது. இந்த பாவப் பதவி இன்றோடு தொலையட்டும். இந்தாருங்கள், ராஜினாமா கடித ஓலை' என்று எடுத்து நீட்டினார் அமைச்சர்.

'அடப்பாவி, எல்லாம் தயாராகவே எழுதிவைத்துவிட்டாயா?'

'உங்களைப் போன்ற அரசர்களிடம் இருக்கும்போது, இப்படிப்பட்ட ஓலைகளை நிறையப் பிரதி எடுத்துவைத்திருக்க வேண்டும். அதற்கான விஞ்ஞானக் கருவிகள் இன்னும் வந்தபாடில்லை. சரி பிடியுங்கள்' என்றார். அரசனுக்குக் கோபம் வந்துவிட்டது.

'கடவுள் பக்தியால் இவ்வளவு திமிறாகப் பேசுகிறாயா? உன்னை என்ன பண்ணுகிறேன், பார்' என்று கர்ஜித்தபடி, ராஜினாமா ஓலையை வாங்கிக் கிழித்து எரிந்தான்.

கடவுள் இல்லை என்று சொல்லும் உங்களுக்கே இவ்வளவு திமிர் இருந்தால், கடவுளோடு வாழும் எங்களுக்கு எவ்வளவு திமிர் இருக்கும். ஆனால், நாங்கள் ஒருபோதும் எங்கள் திமிறைக் காட்டமாட்டோம்.

எங்களுக்காக, எங்கள் கடவுள் காட்டுவார். அப்போது தெரிந்துகொள்வீர்கள்' என்றார் அமைச்சர்.

'இவனைக் கழுத்தைப் பிடித்து வெளியே தள்ளுங்கள்' என்றான் மன்னன்.

அங்கிருந்து வெளியேறிய பிறகு தவத்தில் அமர்ந்துவிட்டார். அது முதல், பெரிய சிவயோகி ஆகிவிட்டார் அமைச்சர். அவரை வம்புக்கு இழுக்க வேண்டும் என்ற நோக்கில், அவர் இருந்த வழியாகச் சென்றான் மன்னன்.

'எவ்வளவு திமிர் இருந்தால், நீ என் வருகை தெரிந்தும் இப்படி உட்கார்ந்திருக்கிறாயே. எழுந்து நிற்கத் தெரியாதா?' என்றான்.

'நான் கடவுள் ஒருவருக்குத்தான் எழுந்து நிற்பேன். கடவுளின் காலில் மட்டுமட்டும்தான் விழுந்து பணிவேன்' என்றார் அமைச்சர்.

'எங்கே உன்னுடைய கடவுளைக் காட்டு பார்ப்போம்' என்றான் மன்னன்.

'அவரே ஒருநாள் தன்னை எனக்குக் காட்டுவார். அப்போது அவரை நான் உமக்குக் காட்டுகிறேன்' என்றார் அமைச்சர்.

'என்ன பதில் இது? அதாவது, எப்பவுமே நீ எனக்குக் காட்டமாட்டாய். அதுதானே அர்த்தம்?' என்றான்.

'அப்படி அல்ல. உனக்கேகூட ஒருநாள் அவன் காட்சி அளிப்பான்' என்றார்.

'என்ன? நானே கடவுளே இல்லை என்பவன். என்னிடம் காட்சி அளிப்பான் என்கிறாயே. எங்கே காட்சியளிக்கச் சொல் பார்ப்போம்' என்றான்.

'அதுவும் சரி' என்று தலையை ஆட்டினார் அமைச்சர்.

'இன்று மாலை, இதே இடத்துக்கு வருவேன். எனக்கு அவனைக் காட்ட வேண்டும். பத்திலிருந்து ஒன்று வரை சொல்லி விரல் விடுவேன். அதற்குள் நீ காட்டிவிட வேண்டும். அப்படிக் காட்டாவிட்டால், அந்தக் கணமே நீ கொல்லப்படுவாய் சரியா?' என்றான் மன்னன்.

இதுவும் அவன் விருப்பமே என்று பணிந்து, விடை கொடுத்தார் அமைச்சர்.

அரண்மனைக்குத் திரும்பிய மன்னன், ஒரு சூழ்ச்சி செய்தான். அரசவை வேடனை உடனே வரச்சொல்லி ஆள் அனுப்பினான். வேடனும் வந்தான்.

'அன்று மாலை, அமைச்சனுக்குப் பின்னால் உள்ள சோலைக்குள் நீ மறைந்திருக்க வேண்டும். நான் அந்த அமைச்சனுக்கு எதிரில் நின்று கொண்டு 'பத்து எண்ணுவதற்குள் கடவுளைக் காட்டிவிட வேண்டும். இல்லாதுபோனால், நீ கொல்லப்படுவாய்' என்பேன். நீ சோலைக்குள் இருந்து விஷம் தடவிய அம்பைத் தொடுத்துக்கொண்டு தயாராக நிற்க வேண்டும். என் இரண்டு கைகளையும், நீ பார்க்கும்படியாக அமைச்சனுக்கு உயர்த்திக்காட்டி, ஒவ்வொரு விரலையும் நீட்டிக்கொண்டே வருவேன். சத்தம்போட்டு, பத்து வரை எண்களைச் சொல்லிக் கொண்டே வருவேன். பத்து எண்ணிக்கை முடிந்ததும், நீ அம்பைத் தொடுத்துவிட வேண்டும். அவனால், கடவுளைக் காட்ட முடியாது. அதனால், தாமதிக்க வேண்டாம்' என்று கண்டிப்புடன் கூறிவிட்டான்.

மாலையில், ஆணவத்தோடு அந்த அமைச்சரிடம் சென்றான் மன்னன்.

சிவயோகியான அந்த முன்னாள் அமைச்சர், கண்களை மூடியபடி தவத்தில் இருந்தார்.

அவருக்கு நேர் எதிராகப் போய் நின்றுகொண்டு, ஆணவத்துடன் கணைத்தான் மன்னன். தூரத்தில், சோலைக்குள் விஷ அம்புடன் அமைச்சரின் முதுகைக் குறிபார்த்தபடி தயாராக இருந்தான், வேடன். 'ஏனடா, மட பக்தனே. உன் கடவுளிடம் சொல்லிவைத்தாயா? இது வரை என் முன்னால் உன் கடவுள் தோன்றவில்லையே' என்றான் அரசன்.

சத்தம் கேட்டு, மெல்லக் கண்களைத் திறந்தார் சிவயோகி.

'எனக்கு இன்று மாலை கடவுளைக் காட்டுகிறேன் என்று சொல்லியிருக்கிறாய். நானும் சரியாக வந்துவிட்டேன். எனக்கு இப்போது கடவுளைக் காட்டிவிடு' என்றான். சிவயோகிக்குத் தர்மசங்கடமாகிவிட்டது.

மீண்டும் கண்களை மூடி, கடவுளிடம் அவனது அடாவடித்தனத்தைப் பற்றி முறையிட்டார்.

'இப்படி வந்து இவனிடம் மாட்டிக்கொண்டோமே. கடவுளே இல்லை என்று வாதிப்பவன் கையில்தான் எனக்கு மரணம் என்றால் அதுவும் உன் சித்தமே' என்றபடி, கண்ணை மூடிக் கடவுளைத் தியானித்தார்.

பத்து எண்ணிக்கை சொல்லப்போகிறேன். அதற்குள் நீ எனக்குக் கடவுளைக் காட்டிவிடு' என்று சொல்லிவிட்டு, தனது கைகளை உயர்த்தினான். அமைச்சருக்குப் பின்னால் தொலையில் மறைந்து நின்ற வேடன், மன்னனின் விரல்களைக் கூர்ந்து கவனித்தான். அமைச்சரின் முதுகைக் குறி பார்த்தபடி, நாணை முழு வேகத்தோடு பின்னுக்கு இழுத்தான்.

1.. 2.. 3.. 4.. 5.. 6.. 7.. 8.. 9.. 10.

அரசன், தனது கை விரல்களைப் பத்து என்று விரித்துக்காட்டியதும், வேடன் தொடுத்த விஷ அம்பு பாய்ந்து வந்தது.

அந்தச் சமயத்தில்தான் அந்த அதிசயம் நிகழ்ந்தது. அமைச்சரின் மனக் கண்ணில் ஒரு காட்சி வந்தது. மன்னனின் மார்பில் கடவுள் தெரிந்தார்.

'சம்போ, மகா தேவா...' என்றபடி, அந்த இடத்திலேயே தரையில் விழுந்து மன்னனைப் பணிந்தார் அமைச்சர்.

அமைச்சர் திடீரென்று குனிந்துவிட்டதால், அவரது முதுகைத் துளைக்க வேண்டிய அம்பு, நேராக நின்றுகொண்டிருந்த மன்னனின் நடு மார்பில் பாய்ந்து குத்திட்டு நின்றது.

ரத்தம் பீறிட்டது.

'ஐயோ...' என்றபடி கீழே சரிந்தான் மன்னன். 'சூதுக்காரனே, எதற்காகத் திடீரென்று கீழே விழுந்தாய்...' என்று அமைச்சரைப் பார்த்துக் கத்தினான்.

'மன்னரே, கடவுள் திடீரென்று உங்கள் மார்பில் காட்சிஅளித்தார். அதனால்தான், கடவுளின் காலில் விழுவதாக உமது கால்களில் விழுந்தேன்...' என்றார்.

'அடப்பாவி, எனக்கு அந்தக் கடவுள் இருப்பது தெரியவில்லையே...' என்று வலியோடு புரண்டான் மன்னன்.

'நீங்கள் கண்களைத் திறந்துகொண்டிருந்தீர்கள். நானோ அப்போது கண்களை மூடிக்கொண்டிருந்தேன். கண்களை மூடித் தியானித்தால் தான், கடவுள் காட்சி அளிப்பார். நீங்களும்கூட இப்போது கண்ணைக் கொஞ்சம் மூடிப் பாருங்களேன்...' என்றார்.

மன்னனும் அதன்படி, தனது கண்களை மூடினான். அதன்பிறகு, அமைச்சரும் கண்களை மூடிக்கொண்டு கடவுளிடம் முறையீடு செய்து அழுதார்.

'அடப்பாவி, எங்கள் மன்னனைத் தந்திரமாகக் கொன்றுவிட்டாயே. உன்னைக் கண்டம் துண்டமாக வெட்டி எரியப் போகிறோம் பார்' என்றபடி, படைத் தளபதி வாளை ஓங்கியபடி அமைச்சரை நோக்கிப் பாய்ந்து வந்தான்.

'கடவுளே என்ன இது சோதனை. நாடாளும் மன்னனையே கொன்ற பழி எனக்கு வந்துவிட்டதே. என்ன செய்வேன்' என்று கண்ணீர் வடித்தார் சிவயோகி.

அப்போது, அரசனின் மனக் கண்ணில் அமைச்சர் காட்சிஅளித்தார். அமைச்சரின் முகத்தில், கடவுளின் முகமும் தெரிந்தது. மன்னன் மனம் நெகிழ்ந்தான்.

'கடவுளே...' என்று கும்பிட்டவாறு கண் திறந்தான். வாளை ஓங்கிக் கொண்டு வந்த படைத் தளபதியைத் தடுத்து நிறுத்தினான். அப்படியே, முன்னாள் அமைச்சர் சிவயோகியின் காலில் விழுந்து வணங்கினான்.

சிவயோகி, அரசனை அரவணைத்துத் தூக்கி நிறுத்தினார். அவனது மார்பில் தைத்திருந்த அம்பைப் பிடுங்கி எறிந்துவிட்டு, திருநீறை எடுத்து துளையிட்ட பகுதியில் வைத்து அழுத்தினார். போன உயிர் திரும்பிவந்தது.

மன்னன் மீண்டும் சிவயோகியின் திருவடிகளில் விழுந்து அவரது சிஷ்யனாகி இறைப்பணி ஆற்றத் தொடங்கினான். தனது ஆட்சியை சிவ ஆட்சியாக்கினான். நாடு முழுதும் தான தர்மங்கள் செய்தான். நல்லறங்கள் நடத்த உத்தரவிட்டான். கோயில்கள் கட்டி கும்பாபிஷே கங்கள் நடத்தினான்.

அன்பர்களே...

தியானப் பயிற்சியில் சரியாக இருப்போருக்கு, அடுத்து வரப்போகும் ஆபத்துகள்கூடத் தெரிந்துவிடும். தமக்கு வேண்டியவர்கள் வாழ்வில் ஏற்பட்டிருக்கும் அசம்பாவிதங்கள்கூடத் தெரிந்துவிடும்.

வெறும் தியானத்தால் அல்ல, இறை பக்தியுடன்கூடிய சரணாகதி தியானத்துக்கு அத்தனை மகிமை இருக்கிறது.

சரணாகதிக்கும், இறைவனுக்கும், தியானத்துக்கும் ஒட்டுறவு உள்ளது. ஒன்றுக்கு ஒன்று தொடர்பு உடையது. ஒன்றை ஒன்று சார்ந்திருக்கிறது. ஒன்றோடு ஒன்றாகக் கலந்துள்ளது.

ஒன்றை விட்டு ஒன்றைப் பிரிக்க முடியாது. ஒட்டுமொத்த முயற்சிதான், தியானத்தின் உயர் நிலை ஆகும்.

கடவுளைக் கும்பிடாதவர்கள் எவ்வளவோ பேர் நன்றாகத்தானே இருக் கிறார்கள்; தியானம் புரியாதவர்கள் எவ்வளவோ பேர் நன்றாகத்தானே இருக்கிறார்கள் என்ற கேள்வி எத்தனையோ பேருக்கு எழுகிறது.

பார்வைக்கு நன்றாக இருப்பதுபோலத்தான் இருக்கும். ஆனால், அவர்கள் உள்ளுக்குள் அமைதி இல்லாமல்தான் இருப்பார்கள்.

அதனால்தான், அவர்கள் அனைவரும் ஏதேனும் ஒரு தப்பான பழக்கத் துக்கு அடிமையாகி இருப்பார்கள். மது, புகை, புகையிலை, வெற்றிலை-பாக்கு, பான் பராக், பீடா, மூக்குப்பொடி, சீட்டாட்டம்,

சூதாட்டம் போன்ற தீய பழக்கத்துக்கு ஆளாகி, அவற்றை விட முடியாமல் அல்லல்பட்டுக்கொண்டிருப்பார்கள்

முதலில், உங்கள் எண்ணத்தை நல்லதாக்கிக்கொள்ளுங்கள், எல்லோரும் நலமாக வாழ வேண்டும் என்று கருதுங்கள். எந்த உயிருக்கும் தீங்கு நினைக்காதீர்கள். எப்போதும் உண்மையின் பக்கம் இருங்கள்.

நமக்கு அப்பாற்பட்ட சக்தி ஒன்று உள்ளது. அண்ட சராச்சரங்களை எல்லாம் ஆண்டு வரும் பரம் பொருளே, இறைவன். இறைவனை நம்புங்கள்..

உங்கள் வினைப் பயனே இப்பிறப்பு. வினைகளை அறுப்பதே சிறப்பு. அதற்கான உங்கள் சுய முயற்சிகள் எதுவானாலும் அது உதவாது. இறைவனிடம் பரிபூரணச் சரணாகதி அடைந்து, பக்தி செலுத்திவந்தால் மட்டுமே உண்டு. இல்லையேல், ஒருக்காலும் தீர்வு இல்லை. இதை நினைவில் வைத்துக்கொள்ளுங்கள்.

இறைவனைத் தன்னுள்ளே அறியவேண்டி வந்த பிறவி இது. இறைவன், அதற்கென்றே தந்த பிறவி அது.

பக்தியை முன்னிட்டே தியானிக்க வேண்டும். பக்தி அற்ற தியானம், சக்தி அற்ற தியானம். அது அற்பத் தியானம். அது தாற்காலிகத் தியானம். சற்று நேரம் மட்டும் நிம்மதியாக இருக்கும். மீண்டும் அமைதி இழந்துவிட நேரும்.

நமக்குத் தேவை இரண்டு விஷயங்கள்.

ஒன்று நிம்மதி; மற்றொன்று ஆனந்தம்.

இரண்டையும் ஒருங்கே, நிலையாகத் தரவல்லது, பக்தியோடுகூடிய தியானம் ஒன்றே.

எனவே, தியானம் செய்வோம். தினமும், பக்தியோடு.

நன்றி.

வணக்கம்.